ഗ്രീൻ ബുക്സ്

പുഴയൊഴുകും വഴി

ആർ. നാരായണൻ

1959ൽ കടമറ്റത്ത് ജനനം.
വിദ്യാഭ്യാസം: കാലടി ശ്രീശങ്കര കോളേജ്.
2015ൽ സർക്കാർ സേവനത്തിൽ
നിന്ന് വിരമിച്ചു.

ഇ-മെയിൽ: rnarayanan1000@gmail.com

കഥ

പുഴയൊഴുകും വഴി

ആർ. നാരായണൻ

ഗ്രീൻ ബുക്സ്

green books private limited
gb building, civil lane road, ayyanthole,
thrissur- 680 003, kerala, ph: +91 487-2381066, 2381039
website: www.greenbooksindia.com
e-mail: info@greenbooksindia.com

branches:
thrissur 8589095302
thiruvananthapuram 8589095301
calicut 8589095307

malayalam
puzhayozhukum vazhi
story
by
r. narayanan

published june 2024

cover design : s. mahendra

printed in india
manipal technologies ltd

isbn : 978-81-973342-9-0

₹ 150.00
GBPL/1364/2024

ഉള്ളടക്കം

ആമുഖം

ഞാൻ നാരായണൻ ആർ. ജന്മസ്ഥലം എറണാകുളം ജില്ലയിലെ കടമറ്റം. ഔദ്യോഗികജിവിതത്തിന് വിരാമമിട്ട് അല്പം കൃഷിയും വായനയും എഴുത്തുമായി സ്വദേശത്ത് സ്വസ്ഥം കഴിയുന്നു.

ഫേസ്ബുക്കിലും ബ്ലോഗുകളിലും എഴുതിത്തെളിഞ്ഞ് അവയെ മനോഹരമായി കോർത്തു കെട്ടി വായനക്കാരെ വിസ്മയിപ്പിച്ച എന്റെ സഹോദരതുല്യരായ സുഹൃത്തുക്കൾക്ക് സ്വായത്തമായ അനന്യമായ രചനാസങ്കേതങ്ങളോ രചനാകൗശലമോ എനിക്കിന്നും വശഗതമായിട്ടില്ല. 2015ൽ സർക്കാർ ലാവണത്തിൽ നിന്ന് അടുത്തൂൺ പറ്റിയ 56 വയസ്സിലാണ് അന്യഥാ വിറകിനുമാത്രം ഉപകരിക്കുമായിരുന്ന ഈ വയസ്സൻ അരയാലിൽ അപ്രതീക്ഷിതമായി അക്ഷര മുകുളം കിളിർത്തതു തന്നെ. നവമാധ്യമത്തിൽ എന്നെ വായിക്കുന്ന അനേകം ആത്മസുഹൃത്തുക്കളുടെ നിരന്തര പ്രേരണയും നിർബ്ബന്ധവുമാണ് മടിച്ചുനിന്ന എന്നെ ഈ സാഹസത്തിലേക്ക് കൈപിടിച്ച് നടത്തിയത്.

വായനയിൽ ലേശം പഴമയോട് ആഭിമുഖ്യം പുലർത്തുന്ന രചനാരീതിയോടാണ് എനിക്ക് കൂടുതൽ താത്പര്യം. കുട്ടിക്കാലത്തു തന്നെ എം.ടിയേയും ഉറൂബിനേയും പൊറ്റക്കാട്ടിനേയും തകഴിയേയുമൊക്കെ ധാരാളം വായിച്ചതിന്റെ സ്വാധീനമാകാം കാരണം. ഈ കൂട്ടത്തിൽ എന്നെ കഥാപാത്രനിർമ്മിതി കൊണ്ട് ഏറെ വിസ്മയിപ്പിച്ചതു എസ്.കെ. പൊറ്റക്കാട്ട് തന്നെ.

എന്റെ കൊച്ചുമുറിയിലെ കിളിവാതിലൂടെ കാണാവുന്ന തൊട്ടു മുന്നിലെ നിരത്തിലൂടെ നടന്നും സൈക്കിളിലും

കടന്നുപോകുന്ന എന്റെ നാട്ടുകാരിൽ പലരും ഈ കഥ കളിലെ കഥാപാത്രങ്ങൾക്ക് ജീവനേകിയിട്ടുണ്ട്. ഈ പുസ്തകത്തിലെ കഥകളിൽ ചിലതിലെങ്കിലും ആത്മാംശ മുണ്ട്. നല്ല വായനക്കാരിയും ഹൃദയാലുവുമായി രുന്ന എന്റെ അമ്മ പ്രത്യക്ഷമായും പരോക്ഷമായും പലയി ടത്തും സാന്നിദ്ധ്യമറിയിക്കുന്നുണ്ട്. ഗ്രാമത്തിലെ ഫല വൃക്ഷത്തോട്ടങ്ങളും നെൽപ്പാടങ്ങളും കുന്നിൻ മുകളിലെ പള്ളിയും ക്ഷേത്രവും അങ്ങാടിയും കഥകൾക്ക് പശ്ചാ ത്തലമായിട്ടുണ്ട്. ഇനിയും അനേകം കഥകളുടെ ജീവ നാഡിയാകാൻ തക്ക അനുഭവവും ഉൾക്കരുത്തുമുള്ള വരാണവർ. വ്യക്തിബന്ധങ്ങൾക്ക് ക്ഷതമേൽക്കരുതെന്ന നിഷ്കർഷ കൊണ്ടു മാത്രം ശീതീകരിച്ച അറകളിൽ വിശ്രമിക്കുന്ന ചില കഥാഗാത്രങ്ങളെ അണിയിച്ചൊരുക്കി സഹൃദയർക്കു മുന്നിൽ ഇത്തവണ എത്തിച്ചില്ലെന്നേ യുള്ളൂ. കഥാരചനയിൽ ഞാൻ ഗുരുസ്ഥാനത്തു കാണുന്ന ശ്രീ. അഷ്ടമൂർത്തി, എഴുത്തിൽ അനാഗത ശ്മശ്രുവായ എന്നെ നിരന്തരം പ്രോത്സാഹിപ്പിച്ചുകൊണ്ടിരുന്ന ഫേസ് ബുക്കിലെ എന്റെ സഹോദര തുല്യരായ സുഹൃത്തുക്കൾ തുടങ്ങി ഈ എളിയ ഉദ്യമത്തെ അക്ഷരങ്ങളായി വായന ക്കാരുടെ മുന്നിലെത്തിക്കാൻ എല്ലാ സഹായങ്ങളും നൽ കിയ ശ്രീമതി രമ പൂങ്കുന്നത്ത്, ആസ്വാദനക്കുറിപ്പെഴുതിയ ശ്രീ കെ.എ. ജേക്കബ്, എല്ലാ സഹായങ്ങളും ചെയ്ത കഥാകൃത്ത് സജീവ് എടത്താടൻ, നടനും സംവിധായക നുമായ ബാലചന്ദ്രൻ പറങ്ങോടത്ത്, അവതാരിക എഴുതി സഹായിച്ച ശ്രീഹരി, ആസ്വാദനക്കുറിപ്പെഴുതി അനുഗ്ര ഹിച്ച കെ.എം. ജേക്കബ്ബ്, പ്രസാധകരായ ഗ്രീൻ ബുക്സ് തുടങ്ങിയവരോടുള്ള അകൈതവമായ നന്ദി...

നാരായണൻ രാമൻ

അവതാരിക

കാലത്തിലേക്ക് എത്തിനോക്കുന്ന സ്വത്വബോധങ്ങളാണ് നാരായണേട്ടനിലുള്ള എല്ലാ കഥകളും. ആത്മാവിന്റെയും ആത്മസഞ്ചാരങ്ങളുടെയും വിടവിൽ നിന്ന് സ്വത്വം തിര യുന്ന കഥാകൃത്തിന് നന്മയുടെ വാക്കിൽ പ്രണാമം. കഥയും കഥാകാലവും റെസ്സൽ ബോണ്ടിനെ പോലെ നിർവ്വചനങ്ങൾക്ക് പരിധി നിശ്ചയിക്കാം, പക്ഷേ, നാരാ യണേട്ടൻ നാട്ടുവഴിയിലൂടെയും ഊടുവഴിയിലൂടെയും പകർന്നാടിയ ജീവിതത്തിന് ഈ കഥയോളം മൂല്യമില്ല. ഒരുപക്ഷേ സ്വത്വബോധങ്ങളെ മറികടക്കുന്ന മാഹാ യാനമാണ് ജീവിതമെന്ന തിരിച്ചറിവ്.

ആത്മബോധങ്ങളെ സ്വന്തം മനസ്സിന്റെ തച്ചുശാസ്ത്ര ങ്ങളെ അവതരിപ്പിച്ചപ്പോൾ നാരായണേട്ടന്റെ കഥകൾ ഉണ്ടായി.

കാലത്തിൽ നിന്ന് കാലത്തിലേക്കല്ല സഞ്ചരിച്ചത് കഥാകൃത്ത് ജിവിതത്തിൽ നിന്ന് ജിവിതത്തിലേക്കായി രുന്നു.

ഒരിക്കൽ ഒരു മഹാപുരുഷൻ ഒന്ന് പറഞ്ഞ വാക്ക് ഓർക്കട്ടെ താങ്കൾക്കുവേണ്ടി എഴുതുമ്പോൾ.

“I am writer but also nothing subject for me.”

റൂസ്വെൽറ്റ് എന്നിലേക്ക് ഞാൻ തന്നെ എന്ന് പറഞ്ഞ ഏടുകൾക്കപ്പുറം നാം ജനിക്കുന്നുമില്ല. നാം മരിക്കുന്നു മില്ല. പ്രിയമോടെ നാരായണേട്ടന്റെ എഴുത്തും വൽക്കലം ധരിക്കാത്ത മനസ്സിന്റെ വസ്ത്രമാണ്.

നാരായണേട്ടന്റെ കഥകൾ പറയുന്നു എപ്പോഴും സ്വയം തിരിഞ്ഞുനോക്കുന്ന ബുദ്ധബോധമാണ് അതീതമല്ലാത്ത

കാലങ്ങളിലേക്ക് വികല്പങ്ങളുടെ നാരായം ഒഴിച്ചു വയ്ക്കുമ്പോഴും അതേ നാരായത്തിൻ വാക്കുകൾ കൊണ്ട് ഗണിച്ച എഴുത്തുകാരന് ഒരിക്കലും കാലം, ദേശം, ഭാഷ യുമില്ല. താൻ കഥകളിൽ അതിന്റെ സംസ്കാരവും പശ്ചാത്തലവും ഓർമ്മക്കുറവിൽ നിന്ന് ഓർമ്മിച്ചെടുത്ത ആശ യവും ഒട്ടും തിളങ്ങാതെ പോകില്ല.

അണഞ്ഞ്, അണഞ്ഞ്, ചുമന്ന്, ചുമന്ന് പോയ ഭാര ങ്ങളുടെ ജിവിത വ്യാഖ്യാനമാണ് നാരായണേട്ടന്റെ ഓരോ കഥകളും. വിമർശനങ്ങളുടെ മുഖമുദ്ര ഇല്ലാത്ത ലാളിത്യ മാണ് കഥാകാരന്റെ ജീവന്റെ ചൈതന്യം.

ഞാൻ നടക്കുമ്പോഴും ഞാൻ ജീവിക്കുമ്പോഴും ഞാൻ മരിക്കുമ്പോഴും എന്നെ രേഖപ്പെടുത്തുന്ന ഓർമ്മകളുടെ, സഞ്ചാരങ്ങളുടെ അടയാളപ്പെടുത്തലെന്നു കഥാകാരൻ കഥയല്ലാത്ത ജിവിതത്തിൽ പറയുന്നു.

ഈ കഥാപുസ്തകത്തിന്റെ ഹൈ ടെക് പോളിസി കഥയിൽ മാത്രമല്ല ജീവിതത്തോടുള്ള വ്യാഖ്യാനശുദ്ധി യാണ്. പഴകി മാഞ്ഞ ഓർമ്മയിലും വിടവുകൊണ്ട് പെയ്ത മഴയിലും ഞാനെന്ന സത്യം നടക്കുന്ന സ്വത്വ ശരികളിലേക്കാണ് നാരായണേട്ടൻകഥകൾ നടന്നു പോകുന്നു.

തളർന്നും വളർന്നും ജീവിതത്തിന്റെ അധ്യാപനം കാലത്തിലേക്ക് നീട്ടിവച്ച പുണ്യമാണ് ഈ ജന്മം, ആ ആയുസ്സിന്റെ ചുരുക്കെഴുത്താണ് ഈ പുസ്തക കഥകൾ.

ശ്രീഹരി

ഒരാസ്വാദനക്കുറിപ്പ്

നാരായണേട്ടന്റെ കഥകൾ പലപ്പോഴും കൊച്ചുവർത്തമാനങ്ങളായി തോന്നും. ഗ്രാമത്തിന്റെയും ഒപ്പം മനസ്സിന്റെയും ഇടവഴികളിലൂടെയുള്ള ഒപ്പമുള്ള നടത്തം. കൂടെപ്പോയാൽ നമ്മുടെ കൈപിടിച്ചു കൊണ്ടുനടന്നു ചില കാഴ്ചകൾ കാണിച്ചു തരും. ചില സന്ദർഭങ്ങൾ, അനുഭവങ്ങൾ, ആളുകൾ ഒക്കെ നമുക്കും പരിചിതമായിരിക്കും. അമ്മയുടെ മടിയിലുള്ള കിടപ്പ്, അപ്പോൾ മുടിയിഴകളിലൂടെയുള്ള അമ്മയുടെ നനുനനുത്ത വിരലുകളുടെ സഞ്ചാരം. ഒരിറ്റു നനവ്.

ഒരു സാധാരണത്വം
അല്ലെങ്കിൽ പുഴയിറമ്പിലെ കള്ളുഷാപ്പ്

ചുരുൾ നിവരുന്ന ഓർമ്മകൾ. രണ്ടുപേരുടെ സാർത്ഥകമായ സാഹിത്യസദസ്സ്. ഒരു കാളിദാസകൃതിയുടെ നുറുങ്ങ്. തിരികെപ്പോരുമ്പോഴുള്ള കാഴ്ച കഥയെ റിയലസ്റ്റിക് ചിത്രമാക്കി മാറ്റിയിട്ടുണ്ടാകും.

ഒരു അസാധാരണത്വം

ഒരു പള്ളിക്കൂടം; മെലിഞ്ഞുണങ്ങിയ ഒരു വാകമരം. അവിടെ ഇടനെഞ്ചിൽ നാലാം കാലം കൊട്ടിക്കയറുന്ന പഞ്ചാരിമേളം. ഒരു ഭഗ്നപ്രണയ കഥ.

ഒരോർമ്മ

അങ്ങനെ കണ്ടുപോകുമ്പോഴായിരിക്കും അവിടെയൊരു കാഴ്ചയുടെ കൂർത്ത കല്ലിൽ കാലുതട്ടുന്നതും മുറിയുന്നതും ചോര കിനിയുന്നതും: വേലി ചാടിപ്പോയ

അമ്മയ്ക്കുവേണ്ടി അച്ഛന്റെ നിർബന്ധപ്രകാരം കർമ്മങ്ങൾ അനുഷ്ഠിക്കുന്ന മകൻ. "ദർഭയില്ല, ജല ഗന്ധപുഷ്പങ്ങളിൽ ജലം മാത്രമേയുള്ളൂ. എങ്കിലും സ്വീകരിക്കുക. ഈ കർണ്ണന്റെ തിലോദകം. ആത്മാവ് വൈതരണി കടന്ന് വിഷ്ണുപാദത്തിങ്കൽ ലയിക്കട്ടെ."

തീർന്നില്ല.

"ഇനിയുമൊരു കർണ്ണനുണ്ടാകാതിരിക്കാൻ അമ്മയ്ക്ക് പുനർജന്മമുണ്ടാകാതിരിക്കട്ടെ."

ഒരുവേള നമ്മളും പുഴയിലെ വെള്ളത്തിലാണെന്നും അടിയൊഴുക്കിൽ നില തെറ്റുന്നു എന്നും തോന്നിപ്പോകും. സാധാരണത്വം അവിടെ അവസാനിക്കുന്നു. തിരിച്ചുപോയി വീണ്ടും വായിച്ചുതുടങ്ങാം എന്ന് തോന്നും.

അതിവേഗം ഓടുന്നവർക്കുവേണ്ടിയുള്ളതല്ല നാരായണേട്ടന്റെ കഥകൾ. പോകുന്ന വഴിക്കുള്ള കാഴ്ചകൾ കാണാൻ സമയം കരുതിവെച്ചിരിക്കുന്നവർക്കുവേണ്ടിയാണ് ഈ എഴുത്തുകൾ. അതുകൊണ്ടുതന്നെ അവർക്കത് ഇഷ്ടപ്പെടും.

കെ.ജെ. ജേക്കബ്

(ഡെക്കാൻ ക്രോണിക്കിൾ പത്രത്തിന്റെ
ചെന്നൈയിലെ എക്സിക്യൂട്ടീവ് എഡിറ്റർ)

സമർപ്പണം

വിദ്യാരംഭ നാൾ മുതൽ നിലത്ത് വിരിച്ച
പുഴനനവ് മാറാത്ത ചൊരിമണലിൽ
എന്റെ കുഞ്ഞുവിരലുകളെ കൊണ്ടെഴുതിച്ച്
അക്ഷരപ്പൂട്ടുകൾ തുറന്നു തന്ന
മൂത്ത സഹോദരൻ
നാരായണൻ ജ്യേഷ്ഠന്.

ഇത് കഥയല്ല,
ജീവിതത്തിന്റെ ഒരേടാണ്

പ്രീഡിഗ്രി തോറ്റ് തൊഴിലില്ലാത്ത തുല്യദുഃഖിതരുടെ താവളമായ വായനശാലയുടെ തിണ്ണ നിരങ്ങുന്ന കാലം. കാൽക്കാശ് കയ്യിലില്ലാത്തവൻ നേരിടുന്ന പരിഹാസത്തിനും പുച്ഛത്തിനും അവഹേളനത്തിനും കാലദേശഭേദമില്ല. റിസ്റ്റ്‌വാച്ചുള്ളവനേയും പാന്റിട്ടവനേയുമൊക്കെ ആദരവോടെ കാണുന്ന കാലമാണ്.

അച്ഛന് ഒരു വാച്ചുണ്ട്. പ്രായാധിക്യം കൊണ്ട് ഇടയ്ക്കിടയ്ക്ക് തളർന്നിരുന്നു പോകുന്ന, വാച്ച് ഡോക്ടർ ജോണിച്ചേട്ടൻ വരെ കണ്ടാലുടൻ വെറ്റിലടയ്ക്കവച്ച് നമസ്കരിക്കുന്ന വാച്ച്. എറണാകുളത്ത് വാച്ചിന്റെ ഏത് മാറാരോഗവും ചികിത്സിച്ചു മാറ്റുന്ന സൂപ്പർ സ്പെഷലിസ്റ്റ് ഷേണായിക്ക് ജോണിച്ചേട്ടൻ ഈ കേസ് റഫർ ചെയ്തു. ജോണിച്ചേട്ടൻ സുല്ലിട്ട വാച്ച് ഷേണായി സവിധത്തിലെത്തിച്ചതാണ് ഞാൻ. വാച്ച് കയ്യിലെടുത്ത് തിരിച്ചും മറിച്ചും കുലുക്കിയും നോക്കി ഷേണായി ചിരിച്ചുകൊണ്ട് പറഞ്ഞു.

“ഇതിവിടെയല്ല. ഈ വരിയിൽ തന്നെ ആറ് കടയ്ക്കപ്പുറം ഒരു ഷേണായയുടെ കടയുണ്ട്. അവിടെയാവും ഭേദം.”

മുന്നോട്ട് നടന്ന് കട കണ്ടു. അതും ഷേണായി തന്നെ. പക്ഷേ ഇരുമ്പുകടയാണ്.

ആദ്യം ഇരച്ചുകയറിയത് ദേഷ്യമാണെങ്കിലും പഹയൻ ഷേണായിയുടെ നർമ്മബോധമോർത്തപ്പോ അതൊരു പുഞ്ചിരിയായി മാറി.

സ്വന്തമായൊരു വാച്ച് പുലർകാലത്ത് കണ്ടൊരു സ്വപ്നം മാത്രമായി മാറി.

“ന്റെ കുട്ടിക്കൊരു വാച്ച് വാങ്ങി കൊടുത്തൂടെ?”

അച്ഛൻ കേൾക്കെ അമ്മയുടെ ഇടയ്ക്കിടെയുള്ള പരിദേവനത്തിനും ഫലമില്ലാതായി.

"വാച്ചും കളസവും പത്രാസുമൊക്കെ പണിയെടുത്തുണ്ടാക്കി യാൽ മതി. ആഹാരത്തിന് മുട്ടൊന്നുമില്ലല്ലോ?"

ഇതായിരുന്നു അച്ഛന്റെ മറുപടി. കണ്ണിച്ചോരയില്ലാത്തതെന്ന് അന്ന് തോന്നിയ ആ മറുപടി ആയിരുന്നു ലോകത്തിലെ ഏറ്റവും വലിയ ശരിയെന്ന് കാലം എന്നെ പഠിപ്പിച്ചു.

അമ്മയുടെ 'ന്റെ കുട്ടിക്ക് ഒരു വഴിയാക്കിക്കൊടക്കണേ ഈശരാ' എന്ന സ്ഥിരം പല്ലവി കേട്ട് സാക്ഷാൽ നീലകണ്ഠനും മടുത്തു തുടങ്ങിയിരിക്കണം. കൽക്കത്തയിൽ ബിർളയോട് പുലബന്ധമുള്ള ഒരു കമ്പനിയുടമയുടെ സെക്രട്ടറിയായിരുന്ന അമ്മാമനാണ് ആ നിർദ്ദേശം വച്ചത്.

"ഇവനെന്റെ കൂടെ കൽക്കത്തയ്ക്ക് വരട്ടെ."

സേട്ടിന്റെ സെക്രട്ടറിയായിരുന്ന അമ്മാമന്റെ തണലിൽ നല്ലൊരു കമ്പനിയിൽ പാന്റും ഷർട്ടുമിട്ട് ജോലി ചെയ്യുന്ന ചെറുപ്പക്കാരന്റെ ചിത്രം മനോമുകുരത്തിൽ തെളിഞ്ഞപ്പോൾ എനിക്കും ഉത്സാഹ മായി. മദ്രാസ് മെയിലിൽ മദ്രാസിലിങ്ങി ഹൗറാ മെയിലിൽ മാറി ക്കയറി ഹൗറയിലെത്തി മനുഷ്യൻ വലിക്കുന്ന റിക്ഷയിൽ വീടെത്തി. ഒന്നുറങ്ങി ക്ഷീണം തീർത്തപ്പോൾ അമ്മാവന്റെ കൽപ്പന വന്നു.

"നാളെ മുതൽ രാവിലെയിറങ്ങിക്കോളണം. ആപ്പീസുകളിൽ കയറി ജോലിയന്വേഷിക്കണം."

മൂന്ന് നേരം മാമുണ്ട് അച്ഛന്റെ തണലിൽ, അമ്മയുടെ മടിയിൽ കിടന്ന് സുഖം പിടിച്ച മരുമകനെ കടുത്ത ജീവിത യാഥാർത്ഥ്യ ങ്ങളുടെ പൊരിവെയിലറിയിച്ച ആദ്യപാഠം. ആദ്യം നിരാശ, പിന്നെ സങ്കടം, പിന്നെ വാശിയായി മാറിയ ദേഷ്യം.

പിറ്റേന്ന് മുതൽ ജോലിയന്വേഷണം. ഗണേഷ് ചന്ദ്ര അവന്യൂ വിലെ പത്തു നിലയുള്ള കൂറ്റൻ കെട്ടിടത്തിന് മുന്നിൽ കൊണ്ടു പോയി നിർത്തി അമ്മാവൻ പറഞ്ഞു.

"ഇത് കൊമേഴ്സ് ഹൗസ്. പത്തു നിലയിലും കൂടി നൂറ് നൂറ്റ മ്പത് ഓഫീസുകൾ കാണും. ഒന്നാം നിലയിൽ നിന്ന് തുടങ്ങിക്കോ. തിരിച്ചു വീട്ടിലേക്കു വരാൻ ബസ് നമ്പർ 47."

ഇത്രയും പറഞ്ഞ് മറുപടി കേൾക്കാൻ നിൽക്കാതെ അമ്മാമൻ തിരക്കിൽ മറഞ്ഞു. മലയാളവും മുറി ഇംഗ്ലീഷും മാത്രമറിയാവുന്ന പത്തൊമ്പതുകാരൻ ഒന്നു പകച്ചു.

പ്രത്യേകിച്ചൊരു പ്ലാനുമില്ലാതെ ചെറു ജനസ്ഥലികൾ ചേർന്ന് വളർന്ന് മഹാനഗരമായ കൽക്കത്ത. വിവേകാനന്ദനും ടാഗോറും സുഭാഷ് ചന്ദ്രബോസും മദർ തെരേസയും സത്യജിത് റേയും ബങ്കിം

ചന്ദ്ര ചാറ്റർജിയും ജ്യോതി ബസുവും ജീവിച്ച പുണ്യഭൂമി. സാഹിത്യ പരമായും രാഷ്ട്രീയമായും കേരളത്തിനോട് ചേർത്തു വയ്ക്കാവുന്ന നാട്. മനുഷ്യൻ വലിക്കുന്ന റിക്ഷകളും വൃത്തിഹീനമായ ഇടുങ്ങിയ ഗലികളും നിറഞ്ഞ, ഫുട്ബോളും ഭക്തിയും രാഷ്ട്രീയവും ലഹരിയാക്കിയ തദ്ദേശീയരും യുപിയിലേയും ബീഹാറിലേയും പഞ്ചാബിലേയും ഒറീസ്സയിലേയും കുടിയേറ്റ ജനതയും ഒഴുകിയെത്തി ഉപജീവനം തേടുന്ന മഹാനഗരം.

ഈ മഹാനഗരത്തിലെ മണ്ണിൽ കാലുറപ്പിച്ചാണ് നിൽക്കുന്നതെന്നോർത്തപ്പോൾ, തോന്നിയ ധൈര്യം കൈമുതലാക്കി ഞാൻ ആ കെട്ടിടത്തിലേക്ക് നടന്നുകയറി. അനന്തരം അനുസ്യൂതമായ ജോലി തെണ്ടൽ. അതങ്ങനെ കൊമേഴ്സ് ഹൗസ് വിട്ട്, എസ്പ്ലനേഡും ഡൽഹൗസി സ്ക്വയറും പിന്നിട്ട് ബ്രാബോൺ റോഡിലെ ഉപതെരുവായ കാനിംഗ് സ്ട്രീറ്റിലെത്തി.

37 കാനിംഗ് സ്ട്രീറ്റിലെ ഇരുളടഞ്ഞ പഴയ കെട്ടിടത്തിലെ മരഗോവണി കയറി ഒരു കുഞ്ഞൻ ആപ്പീസിൽ ടൈപ്പിസ്റ്റായി ജോലിക്ക് കയറിയത് 1978 ഒക്ടോബർ 12നായിരുന്നു. അശ്വിൻ വ്രജലാൽ ഷാ എന്ന ഗുജറാത്തി മദ്ധ്യവയസ്ക്കന്റെ, പാക്കിംഗ് മെറ്റീരിയൽസ് നിർമ്മിച്ച് സപ്ലൈ ചെയ്യുന്ന ഒരു കുഞ്ഞൻ യൂണിറ്റിന്റെ ഓഫീസ്. പ്രധാന കസ്റ്റമർ ബ്രിട്ടാനിയ ബിസ്ക്കറ്റ് കമ്പനി. ഇന്റർവ്യൂവിനായി ചെന്ന മീശ മുളയ്ക്കാത്ത പത്തൊമ്പതുകാരനോട് മുതലാളി ചോദിച്ചു.

“പഠായി പൂരാ നഹി കിയാ. നൗക്കരി കേലിയേ ആയേ ഹോ. ക്യാ ഹുവാ?”

ഭാഷ മുഴുവൻ മനസ്സിലായില്ലെങ്കിലും കാര്യം പിടികിട്ടിയ ചെറുപ്പക്കാരന്റെ മുറിഹിന്ദിയിലെ മറുപടി.

“മുജേ വാച്ച് നഹി. ഖാനാ നഹി.”

അന്നമല്ല വാച്ചാണല്ലോ മുന്ന വിചാരം എന്നു തോന്നിയിട്ടാകണം ഉറക്കെച്ചിരിച്ച് മുതലാളി പറഞ്ഞു.

“ഠിക്കേ, ആജ് സേ കാം പർ ലഗോ. തുമാരാ പകാർ ഹോഗി ദോ സൌ പച്ചത്തർ. സുബേ നൗ സേ ശാം സാത് ബജേ തക് ബൈഠ്നാ ഹോഗാ.”

ജാംബവാന്റെ ആഫീസിൽ നിന്നു കടം കൊണ്ട ഹാൽഡാ ടൈപ്പ്റൈറ്ററിൽ തൊട്ട് തൊഴുത് ആദ്യത്തെ കടലാസ് പിരിച്ച് കയറ്റുമ്പോൾ ഞാൻ കണക്കുകൂട്ടി. നൂറ്റമ്പത് രൂപ ഗരിയാഹട്ടിലെ താമസിക്കുന്ന വീട്ടിൽ കൊടുക്കണം. അമ്പതു രൂപ വീട്ടിലയയ്ക്കണം.

ട്രാം/ബസ്കൂലി, ഉച്ചഭക്ഷണം എന്നിവയ്ക്ക് അറുപതുരൂപ വേണ്ടി വരും. ബാക്കി 15 രൂപ. വാച്ച് വാങ്ങിയതു തന്നെ.

മുതലാളിക്ക് അനാഗതശ്മശ്രുവായ ആ യുവാവിനെ ഏറെ യിഷ്ടമായി. ടൈപ്പിസ്റ്റായി നിയമിതനായവൻ പതിയെ പേമെന്റ്സ് ട്രാക്ക് ചെയ്യാനും ബാങ്കിടപാടുകൾ നോക്കാനും അക്കൗണ്ട്സ് എഴു താനും തുടങ്ങിയതും ആ മതിപ്പ് കൂട്ടിയിട്ടുണ്ടാകണം. ഗുജറാത്തി മോഡൽ ഉച്ചഭക്ഷണത്തിന്റെ ഒരു ഡബ്ബ കൂടി മേശപ്പുറത്തെത്തി തുടങ്ങാൻ കാരണമതുതന്നെ.

മഹാനഗരത്തിലെത്തിയിട്ട് ഒരു വർഷം കഴിയുന്നു. സ്വപ്ന ങ്ങളിൽ നാടും വീട്ടുകാരും കൂട്ടുകാരും ഓടിയെത്തി ഓർമ്മിപ്പി ക്കുന്നു. ഒരു ദിവസം എന്നെ കാണാതെയായാൽ ആധി പിടിക്കുന്ന അമ്മയെ ഓർത്തപ്പോൾ എനിക്കിരിക്കപ്പൊറുതിയില്ലാതെയായി. ലേശം മടിച്ചാണെങ്കിലും മുതലാളിയോട് ഞാൻ സങ്കടങ്ങൾ പറഞ്ഞു. മാതാപിതാക്കളെ നടാടെ ഇത്ര കാലം വിട്ടുനിൽക്കുന്ന ഇരുപതുകാരന്റെ വ്യഥ അദ്ദേഹത്തെ തൊട്ടുണർത്തിയിട്ടുണ്ടാ കണം. നോക്കാം എന്ന മറുപടി കേട്ടപ്പോൾ ലീവനുവദിക്കപ്പെടു മെന്നെനിക്കുറപ്പായി. ലീവനുവദിക്കപ്പെടും. ചെയ്യാനുറച്ച കാര്യത്തി നല്ലാതെ നോക്കാമെന്ന വാക്ക് അദ്ദേഹം പറയാറില്ലെന്ന് എനിക്ക നുഭവം കൊണ്ടറിയാം.

അക്കൊല്ലം ദീപാവലിക്ക് മുതലാളി ഒരു മാസത്തെ ശമ്പളം ബോണസ് തന്നു. ഈ കാശുകൊണ്ട് നാട്ടിൽ പോകണോ വാച്ച് വാങ്ങണോ എന്ന ധർമ്മസങ്കടത്തിലായി ഞാൻ. അങ്ങകലെ ഒരു പൂമുഖത്തെ തുറന്നിട്ട വാതിൽ ചാരിയിരുന്ന് വെട്ടുവഴിയിലേക്ക് പായുന്ന രണ്ടു നനവൂറിയ മിഴിമുനകൾ മനസ്സിലോടിയെത്തിയ പ്പോൾ ഞാൻ ഹൗറാ തീവണ്ടിയാപ്പിസിലേക്ക് നടന്നു. ടിക്കറ്റ് ബുക്ക് ചെയ്യാൻ.

ലീവനുവദിക്കപ്പെട്ടു. പോരുന്നതിന് തലേ ദിവസം യാത്ര പറ ഞ്ഞപ്പോൾ, മുതലാളി ചെറുചിരിയോടെ ഭംഗിയുള്ള ചെറിയ ഒരു പെട്ടി എന്റെ നേരെ നീട്ടി.

ഏറെ കൗതുകത്തോടെയും ആകാംക്ഷയോടെയും അത് തുറന്നു നോക്കിയപ്പോൾ അതാ പുതിയ ഒരു എച്ച്.എം.ടി വാച്ച്!

അത്ഭുതാദരങ്ങളാൽ മിഴിച്ചു നിന്ന എന്റെ ചുമലിലൊന്ന് തട്ടി മുതലാളി പറഞ്ഞ വാക്കുകൾ ഏറെ ദൂരെ നിന്നെന്നോണം കാതു കളിൽ തേൻമഴയായെത്തി.

“തും നേ ബോലാ ഥാ ന തേരെ പാസ് വാച്ച് നഹി? ഇസ്ലിയേ ഖുശ് ഹോഗയാ ന? ജാവോ.”

മുതലാളി-തൊഴിലാളി ബന്ധത്തിനപ്പുറം മാനവ സ്നേഹനൂലിനാൽ ബന്ധിക്കപ്പെട്ട രണ്ട് വെറും മനുഷ്യർ പരസ്പരം ഒരു മിനുട്ട് നോക്കി നിന്നു. ഒരു മാസത്തെ ശമ്പളം കൂടി അഡ്വാൻസായി വാങ്ങി തിരിഞ്ഞുനടക്കുമ്പോൾ എന്റെ മിഴികൾ നിറഞ്ഞു തുളുമ്പിയിരുന്നു.

വീട്ടിലെത്തി അമ്മയുടെ സന്തോഷാശ്രുക്കളും സ്നേഹ നനവാർന്ന പയ്യാരംപറച്ചിലും ഏറ്റുവാങ്ങുമ്പോഴാണ് ഞെട്ടിക്കുന്ന മറ്റൊരു സത്യവും എന്നെത്തേടിയെത്തിയത്. ചിലവിനായി അമ്മാമനെ മാസാമാസം ഏൽപ്പിച്ചിരുന്ന തുകയപ്പാടെ അച്ഛന് മണിയോർഡറായെത്തിയിരുന്നു. തിരിച്ചറിയാൻ വൈകിയ ആ സ്നേഹനിർമ്മിതമായ മഹാമേരുവിനു മുന്നിൽ ഞാനൊരു നിമിഷം തലകുനിച്ച് നിന്നു.

മകനെത്തിയെന്നറിഞ്ഞ് ധൃതിയോടെ എന്നാൽ തീരെ അത് ഭാവിക്കാതെ തെല്ല് നേരത്തെയെത്തിയ അച്ഛനെന്നെ കണ്ടു.

"നീയെപ്പൊ വന്നു?"

"പത്തു മണിക്ക്."

"ഉം."

സ്നേഹാന്വേഷണങ്ങൾ കഴിഞ്ഞു. അന്ന് രാവിലെ ടൗണിലോ മറ്റോ പോയി വന്നതാണെന്ന് തോന്നും ചോദ്യം കേട്ടാൽ.

അക്കാലങ്ങളിൽ സ്നേഹത്തിരകളെ ആഴങ്ങളിൽ അണകെട്ടി ബന്ധിച്ച് ഗൗരവത്തിന്റെ മുഖം മൂടിയണിയുന്ന കാരണവന്മാരാണധികവും. ഏറെക്കാലം കൂടി കാണുന്നത് സ്വന്തം മകനെയായാൽ പോലും വന്നെത്തിയെന്നറിഞ്ഞാൽ കാണാനോടിയെത്തി അവർ സ്വയം വാരിയണിഞ്ഞ മനോബലത്തിന്റേയും ഗൗരവത്തിന്റേയും മുഖംമൂടിയഴിച്ചു കളയാൻ അവർ തയ്യാറാവില്ല.

അച്ഛൻ പതിവുപോലെ തന്റെ വാച്ചഴിച്ച് മേശപ്പുറത്ത് വയ്ക്കുമ്പോൾ മറ്റൊരു വാച്ചവിടെയിരിക്കുന്നു. അത് കയ്യിലെടുത്തു തിരിച്ചും മറിച്ചും നോക്കി അവിടെത്തന്നെ വച്ചു. പുറംതിരിഞ്ഞാണ് അച്ഛൻ നിന്നിരുന്നതെങ്കിലും ആ മുഖഭാവം എന്താവുമെന്നെനിക്കുറപ്പായിരുന്നു.

അണകെട്ടിയിട്ടും കവിഞ്ഞു തൂവുന്ന അളവറ്റ സന്തോഷവും അഭിമാനവും തന്നെ. ഷേണായി ഇരുമ്പുകടയിൽ കൊടുത്ത് പരീക്ഷിക്കാൻ പറഞ്ഞ പഴയ വാച്ചിന് പകരം എച്ച്.എം.ടിയുടെ പുതിയ വാച്ച്, മറന്നതുപോലെ മേശപ്പുറത്ത് വച്ചിട്ടാണ്, ഞാൻ തിരികെ ഹൗറാ കംപാർട്ട്മെന്റിലേക്ക് കയറിയത്.

■

സുഖ്ദേവ്

നഗരം ഏറക്കുറെ വിജനമാണ്. പ്രധാന റോഡുകളിലൂടെ ട്രക്കുകളിലും ജീപ്പിലും റോന്തുചുറ്റുന്ന പട്ടാളക്കാർ. കത്തിയമർന്ന ചേരികളിൽ നിന്ന് പിടഞ്ഞോടിയ കുറേ മനുഷ്യജിവികൾ കടത്തിണ്ണകളിലും അടഞ്ഞു കിടന്ന വീടുകളുടെ മുന്നിലും പര്യമ്പുറത്തും ചേക്കേറിയിരിക്കുന്നു. ഒരു കലാപത്തിന്റെ ശേഷിപ്പുകളായി അവിടവിടെ പാതി കത്തിയതും ഉപേക്ഷിക്കപ്പെട്ടതുമായ വാഹനങ്ങൾ. കുത്തിത്തുറന്ന കടകൾ. കണ്ണുകളടച്ച് നിദ്രപൂകിയ വ്യാപാര സ്ഥാപനങ്ങൾ. വിച്ഛേദിക്കപ്പെട്ട വൈദ്യുതി അവിടവിടെ തിരിച്ചെത്തി കണ്ണുചിമ്മി തുറക്കുന്നു.

സുഖ്ദേവ് സുഷുപ്തിയിലായിരുന്നു. അച്ഛന്റെ റിക്ഷാക്കൈ പിടിച്ച് തഴമ്പുള്ള തണുത്ത വിരലുകൾ അവന്റെ നെറുകയിലും നെറ്റിയിലും തഴുകിക്കൊണ്ടിരുന്നു. മുഷിഞ്ഞ ധോത്തിയിലും വരകളുള്ള ചുളിഞ്ഞ വിയർപ്പിലൊട്ടിയ കുപ്പായത്തിലുമല്ലാതെ അവന് അച്ഛനെ കണ്ട ഓർമ്മയില്ല. ക്ഷയം പിടിച്ച്, രക്തം ഛർദ്ദിച്ച് മരിച്ചതിനുശേഷം പക്ഷേ കിനാവുകളിൽ എപ്പോഴും അവന്റെ അച്ഛൻ വെള്ള പൈജാമയും കുർത്തയും ധരിച്ചാണ് വരിക. അച്ഛൻ അവനെ ദേഹത്ത് ചാരിയിരുത്തി റൊട്ടിയും ദാലിൽ മുക്കിയ ചോറും വായിൽ വച്ചു കൊടുത്ത് ഊട്ടി. മതിയെന്നു പറഞ്ഞിട്ടും സബ്ജിയിൽ മുക്കിയ റൊട്ടി മുഖത്തോടടുപ്പിച്ച് അച്ഛൻ നിർബ്ബന്ധിച്ചുകൊണ്ടിരുന്നു.

“മോനേ, ഇതുകൂടി.”

“ഒന്നുകൂടി.”

അതിനുശേഷം അച്ഛനുമവനും ടൗണിലെ പുതിയ കൊട്ടകയിൽ സിനിമ കണ്ടു. അലറുന്ന കടൽക്കരയിൽ അച്ഛനെ ഒട്ടിയിരുന്ന് കടല കൊറിച്ചു.

ഞെട്ടിയുണർന്നതും ഇളംവെയിലിന്റെ കിരണങ്ങളേറ്റ് കണ്ണു മഞ്ഞളിച്ചു. വീണ്ടും ഇറുക്കിയടച്ച കണ്ണുകളിലെ ഇരുട്ടിലും ചുറ്റി ത്തിരിഞ്ഞുയരുന്ന മഞ്ഞഗോളങ്ങൾ. തലയിലൊരു പെരുപ്പും വേദ നയും കൂടിച്ചേർന്ന അസ്വസ്ഥത. തെല്ലുനേരം അങ്ങനെ കിടന്നു. അയാളുടെ മുന്നിൽ തലേ രാത്രിയിലെ ഭീതിദമായ ഓർമ്മകൾ ചുരുൾ നിവർന്നു. ഇരുഭാഗത്തുനിന്നും കത്തിപ്പിടിച്ച നിരനിരയായ ചേരികളിൽ നിന്നുയർന്ന നിലവിളികൾ. പുകച്ച മാളത്തിൽ നിന്ന് രക്ഷപ്പെട്ടോടുന്ന എലികളെന്നോണം പായുന്ന മനുഷ്യരിൽ അയാളു മുണ്ടായിരുന്നു. വാളുകളുടെ സീൽക്കാരങ്ങളേയും അട്ടഹാസ ങ്ങളേയും നിലവിളികളേയും ബഹുദൂരം പിന്നിലാക്കി ഓടിത്തളർന്ന് കിതച്ച് വന്നു വീണതിവിടെയായിരിക്കും. സന്ധ്യയ്ക്കു കഴിച്ച റാക്കും ഓട്ടത്തിന്റെ ക്ഷീണവും അയാളെ ബോധക്ഷയത്തോളം പോന്ന തളർച്ചയിലേക്കെത്തിച്ചിരുന്നു.

അയാൾ പണിപ്പെട്ടു കണ്ണു തുറന്ന് എഴുന്നേറ്റിരുന്ന് ചുറ്റും നോക്കി. വലിയ ഒരു തുണിക്കടയുടെ ടൈൽ വിരിച്ച വരാന്തയായി രുന്നു അത്. തെല്ലകലെ കൂനിക്കൂടിയിരിക്കുന്ന ഒരു വൃദ്ധയും രണ്ടു കുട്ടികളും.

സുഖ്ദേവ് അവരെ നോക്കിയൊന്നു പുഞ്ചിരിക്കാൻ ശ്രമിച്ചു. വൃദ്ധ അതത്ര ഗൗനിക്കാതെ ഒന്നുകൂടി മൂലയിലേക്കൊതുങ്ങി കുട്ടി കളെ കീറിമുഷിഞ്ഞ രജായികൊണ്ട് പൊതിഞ്ഞ് മെലിഞ്ഞുണങ്ങിയ കൈത്തണ്ടയാൽ ചേർത്തു പിടിച്ച് ദൂരെ വഴിയിലേക്കു നോക്കിയി രുന്നു. ആരേയും സംശയദൃഷ്ടിയോടെ വീക്ഷിക്കാൻ കുഞ്ഞുങ്ങളെ പോലും നഗരജീവിതം പഠിപ്പിച്ചു കഴിഞ്ഞുവെന്നു തെല്ലസ്വസ്ഥത യോടെ സുഖ്ദേവോർത്തു.

തെല്ലകലെ നിന്നും ഉച്ചത്തിൽ ചീത്ത വിളിച്ച് തിരിഞ്ഞു നോക്കി ഓടി വന്ന യുവതി വൃദ്ധയുടെ മടിയിൽ വീണു കിതച്ചു. അവളുടെ കയ്യിൽ ഒരു പായ്ക്കറ്റ് ബ്രെഡ്ഡും ഒരു കുപ്പിയിൽ വെള്ളവുമുണ്ടാ യിരുന്നു. വിഹ്വലമായ മിഴികളാൽ തിരിഞ്ഞുനോക്കിയ അവളുടെ പിന്നിൽ വേട്ടനായയെപോലെ ഓടി വന്ന തടിയൻ സുഖ്ദേവിനെ കണ്ടിട്ടാകണം ഒന്നു നിന്ന് വേഗം തിരിഞ്ഞു നടന്നു.

വൃദ്ധ, ബ്രെഡ്ഡുകളെടുത്ത് കുഞ്ഞിക്കൈകളിലേക്കു വച്ചു കൊടു ക്കുന്നു. ആർത്തിയോടെ അവരത് ചവച്ചരച്ചു തിന്നുന്നത് നോക്കി യിരുന്നപ്പോൾ സുഖ്ദേവിനും വിശപ്പിന്റെ ജ്വാലയേറ്റുതുടങ്ങി. ഇന്നലെ ഉച്ചയ്ക്ക് കഴിച്ച രണ്ടു റൊട്ടിക്കും ഒരു മുട്ടക്കറിക്കും നൽകാ വുന്ന ഊർജ്ജത്തിനൊരു പരിധിയൊക്കെയുണ്ടല്ലോ എന്ന് അപ്പോ ഴാണ് അയാളോർത്തത്.

ഒടുവിൽ വൃദ്ധ സഹജാവബോധത്തോടെ അയാൾക്കു നേരെ വച്ചുനീട്ടിയ ഒരു ബ്രെഡ്ഡിനു നേരെ നീളുന്ന കുഞ്ഞിക്കണ്ണുകൾ കണ്ട് അത് നിരസിച്ചയാൾ പുറത്തേക്കിറങ്ങി നടന്നു.

അതൊരു മൂന്നു നിലയുള്ള, അധികം പഴക്കം തോന്നാത്ത കെട്ടിടമായിരുന്നു. താഴെ കടമുറികളും മുകളിലെ രണ്ടു നിലകളിൽ താമസസൗകര്യമുള്ള ഫ്ളാറ്റുകളും. പൊലീസിന്റെ ദൃഷ്ടിയിൽ പെടാതെ ശ്രദ്ധിച്ച് അയാൾ ഒന്നാം നിലയിലെ ഇടതുവശത്തെ ഫ്ളാറ്റിനു മുന്നിലേക്കിഴഞ്ഞു കയറി വരാന്തയിലിരുന്നു ദീർഘമായി നിശ്വസിച്ചു.

ഫ്ളാറ്റുകളിലെ താമസക്കാരെല്ലാം കിട്ടിയ വാഹനങ്ങളിൽ സ്ഥലം വിട്ടിട്ടുണ്ടാകും. കഴിഞ്ഞ മൂന്നു ദിവസമായി ഈ നഗരത്തിലെ ജനങ്ങൾ നെട്ടോട്ടത്തിലായിരുന്നല്ലോ. പോകാനിടമില്ലാത്ത ചേരിക്കാരും യാചകരും അശരണരും ബാക്കിയായ നഗരത്തിൽ പട്ടാളവും പൊലീസും റോന്തുചുറ്റാൻ തുടങ്ങുന്നതിനു മുമ്പുതന്നെ ലഹളക്കാർ കവർച്ച തുടങ്ങിക്കഴിഞ്ഞിരുന്നു.

പെട്ടെന്നാണ് ഫ്ളാറ്റിന്റെ തുറന്നുകിടന്ന ജനാലയിലൂടെ പുറത്തേക്ക് നീണ്ടുകിടന്ന ഒരു കൈ സുഖ്ദേവിന്റെ ദൃഷ്ടിയിൽ പെട്ടത്. വെളുത്തു മെലിഞ്ഞ് ദുർബ്ബലമായ ഒരു കൈ. ഒന്നു പകച്ചെങ്കിലും അവൻ വരാന്തയിലൂടെ മുട്ടുകുത്തി ജനലിനരികിലെത്തി മുട്ടിലുയർന്ന് മുറിക്കുള്ളിലേക്ക് നോക്കി. മുറിക്കുള്ളിലെ അരണ്ട വെളിച്ചത്തിൽ ജനലിനോട് ചേർത്തിട്ടിരുന്ന കട്ടിലിൽ കിടന്നിരുന്നത് ഒരു വൃദ്ധനായിരുന്നു. മെലിഞ്ഞ ശരീരവും നീണ്ടു വളർന്ന താടിയും. കുഴിയിലാണ്ട ആർദ്രമായ മിഴികളിൽ പീള കെട്ടിക്കിടന്നു. ആളനക്കമറിഞ്ഞ വൃദ്ധൻ സുഖ്ദേവിനെ നോക്കി ക്ഷീണിതമായ ഇടംകൈ കൊണ്ട് മാടി വിളിച്ചു. ഒന്നു മടിച്ചെങ്കിലും അരികിലെത്തിയപ്പോൾ ഇടറിയ ദുർബലമായസ്വരം അവനു കേൾക്കാനായി.

"പാനി."

വരണ്ട ചുണ്ടുകളും മുഖത്തെ പരവേശവും കുണ്ടിലാണ്ട കണ്ണുകളിലെ ദൈന്യവും സുഖ്ദേവിനെ തട്ടിയുണർത്തി കർമ്മനിരതനാക്കി. താഴെയിറങ്ങി ഒരൊഴിഞ്ഞ പ്ലാസ്റ്റിക്ക് കുപ്പിയെടുത്ത് കാർ ഷെഡിലെ ഒരു ബക്കറ്റിലിരുന്ന വെള്ളം നിറച്ച് അവൻ ജനലഴികളിലൂടെ വൃദ്ധന്റെ നീട്ടിയ ഇടംകയ്യിൽ വച്ചു കൊടുത്തു. പാതിയും തൂവി പോയെങ്കിലും ബാക്കി വെള്ളം വിറയാർന്ന ഒറ്റക്കൈകൊണ്ട് വരണ്ട ചുണ്ടോടടുപ്പിച്ച് ഇറക്കുമ്പോൾ, തൊണ്ടമുഴകൾ ഉയർന്നു താഴുന്നത് സുഖ്ദേവ് നോക്കി നിന്നു.

വൃദ്ധൻ വാതിലിനു നേരെ കൈകാട്ടി അവ്യക്തമായി പുലമ്പി ക്കൊണ്ടിരുന്നു. സുഖ്ദേവ് വാതിൽക്കലെത്തി. ഒന്നാഞ്ഞു തള്ളി യപ്പോൾ അതു പിന്നിലേക്ക് തുറന്നു.

മൂന്നു മുറികളുള്ള ഒരു ഫ്ളാറ്റായിരുന്നു അത്. ഇടത്തരം സമ്പ ന്നരാണതിന്റെ ഉടമയെന്ന് സുഖ്ദേവ് ഊഹിച്ചു. കവർച്ചക്കാർ വാതിൽ കുത്തിത്തുറന്ന് വിലപിടിപ്പുള്ളതെല്ലാമെടുത്ത് കടന്നു കളഞ്ഞതാകണം. വൃദ്ധന്റ കട്ടിലിനരികിലെത്തിയ അവന് വല്ലാത്ത ദുർഗ്ഗന്ധമനുഭവപ്പെട്ടു. ധരിച്ചിരുന്ന ഡയപ്പറും കവിഞ്ഞ് കിടക്കയിൽ പരന്നൊഴുകിയ മൂത്രത്തിലാകെ നനഞ്ഞ് അയാളവനെ ദയനീയ മായി നോക്കി. ജനൽക്കമ്പികളിൽ മുറുകെ പിടിച്ച ഇടതുകയ്യിന്റെ ബലത്തിൽ പക്ഷാഘാതത്തിൽ തളർന്ന വലതുഭാഗം പണിപ്പെട്ടു വലിച്ച് നനവില്ലാത്ത ഭാഗത്തേക്ക് നീങ്ങാൻ പാവം പാടുപെടുന്നു ണ്ടായിരുന്നു.

സുഖ്ദേവ് വൃദ്ധനെത്തന്നെ നോക്കി നിന്നു. സ്വാധീനമുള്ള ഇടതുകൈ അവനുനേരെ നീട്ടി അയാൾ അസ്പഷ്ടമായി എന്തോ പുലമ്പുന്നുണ്ട്. പീള കെട്ടിയ, കുണ്ടിലാണ്ട മിഴികളിൽ യാചനാ ഭാവം നിറഞ്ഞുനിന്നു. കാലങ്ങൾക്കപ്പുറത്തുനിന്ന് യോജനകൾ താണ്ടി ഒരു റിക്ഷയുടെ കുടമണിയൊച്ച അവനെ തഴുകി കടന്നു പോയി. ഇളംകാറ്റിലൊഴുകി വന്ന മുഷിഞ്ഞ വരയൻ കുപ്പായത്തിന്റെ വിയർപ്പുമണം അവനെ ചുറ്റിപ്പറ്റി നിന്നു.

സുഖ്ദേവ് വൃദ്ധനരികിലെത്തി ഇടംകയ്യാൽ അനായാസം എഴു ന്നേൽപ്പിച്ചിരുത്തി. മലിനമായിക്കഴിഞ്ഞിരുന്ന വസ്ത്രമെല്ലാമഴിച്ചു മാറ്റി. ഡയപ്പറും ദുർഗ്ഗന്ധം വമിക്കുന്ന തുണികളുമെല്ലാം ബെഡ് ഷീറ്റിൽ പൊതിഞ്ഞ് പുറത്തേ വരാന്തയിലിട്ടു. ബാത്റൂമിൽ ടാപ്പിൽ വെള്ളമുണ്ടായിരുന്നു. ബക്കറ്റിൽ വെള്ളവും ടവ്വലുമായി വന്ന് വൃത്തി യായി ആ ശുഷ്കദേഹം കഴുകിത്തുടച്ച ശേഷം കസേരയിലിരുത്തി. കുത്തിത്തുറന്നു കിടന്ന അലമാരയിൽ നിന്നു ഷീറ്റെടുത്ത് വിരിച്ചു. കയ്യിൽ കിട്ടിയ വെളുത്ത കുർത്തയും പൈജാമയും ധരിപ്പിക്കു മ്പോൾ, വൃദ്ധനയനങ്ങളിലെ അവിശ്വസനീയതയോടവൻ പുഞ്ചി രിച്ചു. പാതി തളർന്ന നാവിൽ നിന്നുതിർന്ന കൊഞ്ചപ്പുള്ള വാക്കു കൾ പക്ഷേ അവനു തീരെ മനസ്സിലാവുന്നില്ലായിരുന്നു.

ആളെ കിടക്കയിൽ കിടത്തി സുഖ്ദേവ് വൃത്തിയായി കുളിച്ചു. മുഷിഞ്ഞുനാറിയ പാന്റും ഷർട്ടും കഴുകിയിട്ടു. കയ്യിൽ കിട്ടിയ ലുങ്കി യെടുത്തുടുത്തു. വൃദ്ധനപ്പോഴേക്കും ഉഷാറായിത്തുടങ്ങിയിരുന്നു. ഉയർന്നു താഴുന്ന നെഞ്ചിനു കീഴെ ഒട്ടിയവയറു കണ്ട് സുഖ്ദേവ് ചോദിച്ചു.

"വിശക്കുന്നുണ്ടോ?"

വൃദ്ധൻ ഉവ്വെന്നു തലയാട്ടി.

സുഖ്ദേവിന്റെ കാര്യങ്ങൾ തിരിഞ്ഞു വരുന്നുണ്ടായിരുന്നു. ലഹള പൊട്ടിപ്പുറപ്പെട്ട ദിവസം വീട്ടുകാർ സ്ഥലം വിട്ടതാകണം. ഒരു വശം തളർന്ന തന്തയെ ഡയപ്പറും ധരിപ്പിച്ച് കിടത്തി ഫ്ളാറ്റു പൂട്ടിയാവും പോയിരിക്കുക.

അടുക്കളയിലെത്തി. ഗ്യാസടുപ്പ് കത്തിച്ച് കിട്ടിയ പാത്രത്തിൽ വെള്ളം വച്ചു. തിളച്ചപ്പോൾ അരിയിട്ടു. വേറൊന്നിൽ പരിപ്പ് കഴുകി യിട്ട് തിളപ്പിച്ചു.

ചൂടു ചോറും ദാലുമായി അവൻ വീണ്ടും കട്ടിലിനരികിലെത്തി. മേല് തുടച്ചതിന്റെ സുഖത്തിൽ തല കുമ്പിട്ട് മയങ്ങുകയായിരുന്ന വൃദ്ധനെ വിളിച്ചുണർത്തി തലയിണ ചാരിയതിൽ തലയുയർത്തി വച്ച് ദാലിൽ കുഴച്ച ചോറുരുളകൾ അവൻ വായിൽ കൊടുത്തു കൊണ്ടിരുന്നു. അദ്ദേഹം വിലക്കിയിട്ടും അവൻ പറഞ്ഞു കൊണ്ടി രുന്നു.

"ഇതുകൂടി."

"ഒന്നുകൂടി."

വൃദ്ധന്റെ കുണ്ടിലാണ്ടമിഴികളിലെ നനവ് വെളിച്ചത്തിൽ നക്ഷത്രം പോലെ മിന്നി നിന്നു. സ്വാധീനമുള്ള ഇടതുകൈയിലെ മെലിഞ്ഞ വിരലുകൾ അവന്റെ തലയിലും മുഖത്തും ഒഴുകി നടന്നു. അവനതിൽ മുഗ്ദ്ധനായി മിഴിപൂട്ടി ആ നെഞ്ചിൽ മുഖം ചേർത്ത് വച്ചു. അകലെയെവിടെയോ നിന്ന് നീണ്ട ചുമയുടെ ശബ്ദവീചി കളോടൊപ്പം വരയൻകുപ്പായത്തിന്റെ വിയർപ്പുഗന്ധം അവനെ ചൂഴ്ന്നു നിന്നു.

പരിപ്പും ചോറും ആവോളം കഴിച്ച് സുഖ്ദേവ് സോഫയിൽ വൃദ്ധനെ നോക്കിക്കിടന്നു. തലേരാത്രിയിലെ ഓട്ടപ്പാച്ചിലിന്റെ തളർ ച്ചയും നിറഞ്ഞ വയറും അവന്റെ കണ്ണുകളിൽ ഉറക്കത്തെ ഊഞ്ഞാ ലിൽ കെട്ടിയാട്ടി.

ഉണർന്നപ്പോൾ സന്ധ്യയായിരുന്നു. കണ്ണു തുറന്ന് അവനെ ത്തന്നെ നോക്കിക്കിടന്നിരുന്ന വൃദ്ധൻ അവനൊരു ചിരി സമ്മാ നിച്ചു. സുഖ്ദേവ് അവന്റെ വസ്ത്രങ്ങളെടുത്തു ധരിച്ച് ജനാലയി ലൂടെ നോക്കി. കൂടുതൽ വിളക്കുകൾ തെളിഞ്ഞിട്ടുണ്ട്. കടകളൊക്കെ അടഞ്ഞുതന്നെ കിടക്കുന്നു. കുറവാണെങ്കിലും വാഹനങ്ങളോടി ത്തുടങ്ങിയിട്ടുണ്ട്.

ഉറക്കെ സംസാരിച്ചുകൊണ്ട് ആരൊക്കെയോ ഗോവണി കയറി വരുന്ന ശബ്ദം കേട്ട് സുഖ്ദേവ് ഞെട്ടി ഞൊടിയിടയിൽ പുറത്തു ചാടി കോണിലെ ചുവർചാരി നിന്നു. അരണ്ട വെളിച്ചത്തിൽ ബാഗും സഞ്ചികളുമായി ഒരാൾ ഗോവണി ഓടിക്കയറി വരുന്നു. പുറകെ ഒരു തടിച്ച സ്ത്രീയും കുട്ടിയും. അതിനിടയിലൂടെ ഓടിക്കയറുന്ന തുടലിലിട്ട ഒരു പന്തുപോലുരുളുന്ന ചെറിയ പട്ടിയും. അയാൾ വല്ലാതെ ആധിപിടിച്ചാണ് മുന്നിൽ ഓടിക്കയറുന്നത്. ഇടയ്ക്ക് കിതപ്പോടെ അയാൾ അസ്വസ്ഥനായി തിരിഞ്ഞു നോക്കുന്നുണ്ട്.

"കിളവനിപ്പോ അവിടെ മുഴുവൻ നാറ്റിയിട്ടുണ്ടാകും."

സ്ത്രീയുടെ ശബ്ദം സുഖ്ദേവിനു കേൾക്കാമായിരുന്നു.

"നീയൊന്നു വേഗം കേറി വരുന്നുണ്ടോ?"

അയാൾ തിരിഞ്ഞു നിന്ന് ഒച്ചയെടുത്തു.

സ്ത്രീയെന്തോ പറഞ്ഞത് പട്ടിയുടെ കുരയിൽ മുങ്ങിപ്പോയി. സുഖ്ദേവ് പരമാവധി ഇരുട്ടിലേക്ക് മാറി ഭിത്തിയുടെ പിന്നിലേക്കൊതുങ്ങി നിന്നു.

തുറന്നു കിടന്ന വാതിൽ കണ്ട് അന്ധാളിച്ച് അവർ അകത്തേക്ക് പാഞ്ഞുകയറിയതിന്റെ പിന്നാലെ സുഖ്ദേവ് വേഗം പടികളിറങ്ങി. പിന്നെ സാവധാനം തെരുവിലേക്കിറങ്ങി റോഡ് മുറിച്ചു കടന്ന് ആ ജനാലയിലേക്ക് നോക്കി. അതടഞ്ഞു കിടന്നിരുന്നു.

■

ഭൂതനാഥവിലാസം കാപ്പി ക്ലബ്ബ്

"**അ**പ്നപ്പൂപ്പന്മാരായിട്ട് തൊടങ്ങിയ ഓട്ടലാ."

ഭൂതനാഥ വിലാസം ഹോട്ടലിൽ വരുന്ന പരിചയക്കാരോട് ഇട്ടിയച്ചൻ പറയും.

മിഥുനത്തിലെ മോഹൻലാലിന്റെ 'ദാക്ഷായണി ബിസ്ക്കറ്റ്സ്' പോലെയാണ് ഹോട്ടലിന്റെ പേരെന്ന് കുടുംബക്കാർവരെ പരിഹസിക്കാറുണ്ട്. നായര് നശിച്ചാൽ ചായക്കട എന്ന് നേതാവ് പരിഹസിച്ചു പറഞ്ഞ പോലല്ല. പറമ്പും വയലും കൊയ്ത്തുമൊക്കെയുണ്ടായിരുന്ന പുഷ്ക്കല കാലത്തെ സംരംഭമാണ്. ധാരാളം ഉഴുന്നും നല്ലരിയുമൊക്കെ അരച്ച് ആരോഗ്യമുള്ള ദോശ, പൂപോലത്തെ ഇഡ്ഡലി, തേങ്ങയും കൊല്ലമുളകും വെണ്ണ പോലെയരച്ച് വെളിച്ചെണ്ണയിൽ കടുകും മുളകും കറിവേപ്പിലയും വറുത്തിട്ട കട്ടിയുള്ള ചട്ടിണി. വെള്ളം തൊടീക്കാതെ ഉഴുന്ന് ഊതിയാൽ പറക്കുന്ന പാകത്തിലരച്ച് വെളിച്ചെണ്ണയിൽ വറുത്ത് കോരിയ വട, പഴംപൊരി, ബോണ്ട. ഇവയ്ക്കൊക്കെ നാട്ടിൽ നല്ല ഡിമാന്റാണ്. ഇട്ടിയച്ചൻ ലോഭമില്ലാതെ വിളമ്പിക്കൊടുക്കും. പരിചയക്കാരുടെ തോളിൽ കയ്യിട്ടും പ്രമാണിമാരുടെ മുന്നിൽ വിനയത്തിൽ പൊതിഞ്ഞ നിറചിരിയോടേയും ഒരു ചോദ്യമുണ്ട്.

"ഇവിടെയെന്നാ വേണ്ടേ?"

വന്നിരിക്കുന്നവരുടെ അന്തസ്സംഘർഷങ്ങളെപ്പോലും ഒപ്പിയെടുക്കുന്ന ജാലവിദ്യയാണത്. കൂട്ടുകാരനെന്നോ കുടുംബക്കാരനെന്നോ തോന്നിപ്പോകും.

മായമില്ല. കള്ളത്തരം ലവലേശമില്ല. ചെലര് മൂക്കു മുട്ടെക്കേറ്റി കടം പറഞ്ഞും പറയാതേയും മുങ്ങും. വെശന്നിട്ടല്ലേന്ന് ഇട്ടിയച്ചൻ. സപ്ലൈക്കാര് പിള്ളാര് പുറത്തുള്ള ചില്ലറക്കടമൊക്കെ ദോശയായും ഉഴുന്നുവടയായും ചട്ടിണിയായും വെളമ്പി തീർക്കും. പകുതി

കാശേ കൗണ്ടറിലേക്ക് വിളിച്ചു പറയൂ. ഇരുട്ടിയാൽ ബാക്കി വന്നാലതിനും അവകാശികളുണ്ട്. മൂന്നോ നാലോ തെരുവു സന്തതികൾ, ഒരു ഭ്രാന്തിത്തള്ള. ഇവരെ കൂടാതെ ഇട്ടിയച്ചന്റെ സ്വന്തം 'പിള്ളാര്'. കടയടക്കണ നേരം നോക്കി കുടമണിയൊച്ചയുമായി ഹാജരാകുന്ന അമ്പലക്കാളകളാണവർ. കൂട്ടത്തിൽ ഒരു 'ചെറുക്കനു'മുണ്ട്. കുറുകിയ കൊമ്പുകളും ഒതുങ്ങിയ സിക്സ്പാക്കു ദേഹവുമായൊരു കുള്ളൻ. ഇട്ടിയച്ചനവനോടാണ് കൂടുതൽ സ്നേഹം.

മാറ്റി വച്ച പഴത്തൊലിയും കഞ്ഞിവെള്ളവുമൊക്കെ ആ കുഞ്ഞനാണ് നൽകുക. ഇളയവൻ കളിയാക്കും.

"അച്ചന്റെ തേവര്ടെ പുതിയ വണ്ടിയാ! 2008 മോഡൽ."

കടയടച്ച് നേരെ മുന്നോട്ട് നടന്ന് അമ്പലനടയെത്തിയാൽ രണ്ടു കൈയും ശിരസ്സിനുമേലുയർത്തി തൊഴും.

"പക്തവത്സലാ, പഹവാനേ, കാത്തു രക്ഷിക്കണേ."

അത്താഴപ്പൂജയും ശീവേലിയും കഴിഞ്ഞ് നടയടച്ചിണ്ടാവും. തന്റെ വാഹനങ്ങളുടെ ഇന്ധനദാതാവായിട്ടും ഭഗവാൻ ഈ ഭക്തനെ മനസ്സറിഞ്ഞ് കടാക്ഷിക്കാറില്ല. ഇട്ടിയച്ചനതിൽ പരിഭവമൊന്നുമില്ല. എല്ലാം അങ്ങേര്ടെ ലീലാവിലാസങ്ങൾ. സാധാരണക്കാർക്കത് മനസ്സിലാവില്ലെന്ന് ആൽത്തറ സ്വാമി പറഞ്ഞിട്ടുണ്ട്. സ്വാമി ത്രികാലജ്ഞനാണ്. പറഞ്ഞാൽ അച്ചട്ട്. എങ്കിലും ജാനുവമ്മ ഇടയ്ക്കിടെ പറയും.

"ഒന്ന് നോക്കിക്കാർന്നു."

"എന്തിന്, ഇതൊക്കെ പരൂഷിക്കണതല്ലേ?"

ഇങ്ങനെ ആറേഴ് മാസമാവുമ്പോഴേക്കും വണ്ടി തള്ളിയാലും നിങ്ങാതെയാവും.

ഇട്ടിയച്ചൻ മനസ്സില്ലാമനസ്സോടെ തൽക്കാലം നിരപ്പലകയിടും.

വല്ല ചിട്ടി വിളിച്ചോ, മരം വെട്ടി വിറ്റോ പിന്നേയും തൊടങ്ങും. സപ്ലൈ പിള്ളാരും പണിക്കാരും പിന്നേം വരും. ഇട്ടിയച്ചന് ഹോട്ടൽ നടത്തുകയെന്നത് ഒരു നിയോഗമാണ്. മറ്റൊരു പണിയും വശമില്ല. ഹോട്ടലിന്റെ ചൂരടിക്കാതെ ജീവിതംതന്നെ അസാധ്യമാണ്.

വീണ്ടും ഊതിയാൽ പറക്കുന്ന പരുവത്തിൽ ഉഴുന്നരച്ച് ഇഡ്ഡലി, ദോശ, വടതേങ്ങാചട്ടിണി.

അതേ പറ്റുകാര്. അതേ പണിക്കാർ, ഒടുവിൽ അതേ നിരപ്പലകകളും ആമത്താഴും താക്കോലും.

ഈ പ്രതിസന്ധികൾക്കൊക്കെയിടയിലും ജാനുവും പിള്ളേരും ഓടിട്ട രണ്ടുമുറി അടുക്കളവീട്ടിൽ കഴിഞ്ഞു കൂടി. പിള്ളേർ പഠിച്ചു, വളർന്നു മൂപ്പെത്തിത്തുടങ്ങി.

അത്തവണ വട്ടമെത്താറായ ചിട്ടിയില്ല. മൂപ്പെത്തിയ മരവുമില്ലെന്നായപ്പോൾ ഇരുപ്പൂ കടുപ്പു നിലം വിൽക്കാൻ ഇട്ടിയച്ചൻ തീരുമാനിച്ചു. ഇടക്കാരൻ കുഞ്ഞപ്പന്റെ മുന്നിൽ വച്ചു തന്നെ മൂത്തവൻ പറഞ്ഞു.

"നടപ്പില്ലാ അച്ഛാ. ഇനിയും കരക്കാരെ തീറ്റിക്കാൻ നെലം വിക്കാനൊക്കൂലാ."

"അച്ഛൻ ഓട്ടലു നടത്തീതുമതി."

രണ്ടാമൻ തീർത്തു പറഞ്ഞു.

ഇട്ടിയച്ചൻ ഉള്ളാലെയൊന്നു ഞെട്ടി. പിന്നെ കുറേ നേരം അവ്യക്തമായി കാണുന്ന മലനിരകൾ അതിരിടുന്ന ആകാശച്ചരുവിലേക്ക് നോക്കിയിരുന്നു. ജാനു ഇടയിൽപ്പെട്ടുഴറി നെഞ്ചുരുകി അച്ചാലും മുച്ചാലും നടന്നു. പിള്ളേരോട് മാറി മാറി കെഞ്ചിനോക്കി.

"ഇത്തവണേം കൊടെ പോട്ട് മക്കളേ, അച്ഛന്റൊരാഗ്രഹമല്ലേ?"

"അമ്മ മിണ്ടാതിരുന്നോണം. ഇങ്ങളൊറ്റയാളാ അച്ഛനെ ഈ പരുവത്തിലാക്കിത്."

മൂത്തവന്റെ അന്ത്യശാസനമെത്തി.

ജാനുവമ്മ ആദ്യമായി കാണുന്ന പോലെ മകനെ നോക്കി. 'നിങ്ങൾ' എന്ന്! തന്റെ ചൂണ്ടുവിരൽ പിടിച്ച് പിച്ച വച്ച് നടന്ന ഇത്തിരിക്കുഞ്ഞൻ കടിഞ്ഞൂൽ കിടാവല്ല, ഹോട്ടലിൽ ചെന്ന് ക്യാഷ് മേശയ്ക്കു പിന്നിൽ അഭിമാനത്തോടെയിരുന്നിരുന്ന കൗമാരക്കാരനുമല്ല. തണ്ടും തടിയുമായി ഇട്ടിയച്ചനെ പറിച്ചു വച്ചപോലെ മുതിർന്നൊരാരാണൊരുത്തനാണ്. അന്നാദ്യമായി കാതങ്ങളകലെ നിന്ന് മകനെ അവർ ഭയാശങ്കകളോടെ നോക്കി നിന്നു. എന്തോ പറയാനാഞ്ഞ അവരെ ഒരു മൗഢ്യം പൊതിഞ്ഞു, വാക്കുകളെ തടവിലാക്കി.

ശരിയാണ്. അങ്ങോർക്ക് പിടിപ്പു ലേശം കുറവാണ്. ആരുടേയും സങ്കടം കണ്ടു നിൽക്കാൻ വയ്യ. താനറിഞ്ഞും അറിയാതെയും ഏറെ ദാനം ചെയ്തിട്ടുണ്ട്. ഹോട്ടൽ നടത്തിപ്പ് പരിപാവനമായ കർമ്മമാണെന്നാണ് ഇട്ടിയച്ചൻ പറയുക. അന്നമാണ് നൽകുന്നത്. അവിടെ പറ്റുപുസ്തകങ്ങളുടെ കാർക്കശ്യം വേണ്ട. പറ്റു തന്നില്ലെന്ന കാരണം കൊണ്ട് ആർക്കും ഭക്ഷണം നിഷേധിച്ചിട്ടില്ല. പര പര വെളുക്കുമ്പോൾ

കുളിയും കഴിഞ്ഞ് ഭസ്മക്കുറിയുമായി പടിയിറങ്ങുന്ന ആൾ ഇരുട്ടിയേ വരൂ. തന്നോട് കയർത്തൊരു വാക്ക് പറഞ്ഞിട്ടില്ല. ഒരു മുട്ടും വിഷമവും അറിയിച്ചില്ല. കുട്ടികളുടെ ഒരു കാര്യവും മുടക്കിയിട്ടില്ല. എവിടെ നിന്നോ അതിനൊക്കെ പണം വന്നു ചേർന്നു. സാധുവിനെ ചിലരൊക്കെ പറ്റിച്ചിട്ടുമുണ്ടാകും. വെപ്പുകാരന് മകളുടെ മാംഗല്യത്തിന് നാലു മാസത്തെ ശമ്പളം ഒരുമിച്ച് കൊടുക്കാൻ തന്റെ രണ്ടു വളയാണ് കൈമറിഞ്ഞു പോയത്. കല്യാണം കഴിഞ്ഞ് അയാൾ മറ്റൊരു ഹോട്ടലിൽ പണിക്കു പോയപ്പോൾ പലരും പരിഹസിച്ചു. അപ്പോഴും ഇട്ടിയച്ചൻ പറഞ്ഞു.

“അവനെന്നെയല്ലേ പറ്റിച്ചു പോയത്, അപ്പോ അവനല്ലേ മോശക്കാരൻ?”

അവനാണിക്കാലത്തെ സമർത്ഥനെന്ന് ഇട്ടിയച്ചനറിയില്ല. മക്കൾക്ക് വേറെയെന്തൊക്കെയോ ഉദ്ദേശ്യങ്ങളുണ്ട്. മൂത്തവന് മൊബൈൽ കട തുടങ്ങണം. ഹോട്ടലിരിക്കുന്ന കടമുറി തന്റെ പേരിലാണ്. അമ്മായിയപ്പൻ അവസാനകാലത്ത് തന്നേൽപ്പിച്ചു പോയ മുതൽ. ആധാരമെടുത്തു തരുമ്പോൾ മകന്റെ ഓരോ തുടിപ്പുമറിയുന്ന അച്ഛൻ പറഞ്ഞു.

“ജാനൂ, ഇത് നിന്റെ പേരിലേക്കാ റയിസ്രാക്കിയേ. അവന്റെ പേരിലാണേൽ കൈവിട്ടു പോം. അവനത്ര ശുദ്ധനാ.”

ജാനുവമ്മ നെടുവീർപ്പിട്ടു. ഭർത്താവിനെ നോക്കി. അകലെ മഴക്കാറ് കേറിയ ആകാശത്ത് കണ്ണുംനട്ട് കസേരയിൽ അതേയിരുപ്പാണ്. പാവം. ഇന്നലെവരെ വിരൽ പിടിച്ചു കൊണ്ടുനടന്ന മക്കളിൽ നിന്ന് ഇത്ര പ്രതീക്ഷിച്ചു കാണില്ല. ഒരു കണക്കിൽ അവൻ പറയുന്നതിലും കാര്യമുണ്ട്. എഞ്ചിനീയറിംഗ് കഴിഞ്ഞ് രണ്ടു വർഷമാകുന്നു. നല്ല ഒരു ജോലിയായില്ല. ബിസിനസ്സാണ് മോഹം. ഒരു നിലയിലെത്തണമെന്ന് അവനുമുണ്ടാകും ആഗ്രഹം. മുതൽ മുടക്കാൻ അച്ഛൻ വിചാരിച്ചാൽ പാങ്ങില്ല. ടൗണിലെ ഈ മുറിയാണ് നോട്ടം. പക്ഷേ കരയിൽ പിടിച്ചിട്ട മീൻ പോലെ ഇങ്ങേരീ വീട്ടിൽ പിടയുന്നതു കാണാൻ വയ്യ. ആ മനസ്സുനോവിച്ച് താനൊന്നും ചെയ്യില്ല. പുത്രവാത്സല്യത്തിന്റെ ഉറവ ഈ വടവൃക്ഷം കട പുഴുകാനുള്ള ചതുപ്പാകരുത്. അവർ മകനെ നോക്കി. മുഖത്ത് കാർക്കശ്യത്തിന്റെ കാളിമയുണ്ട്. അച്ഛനെ തോൽപ്പിച്ച് ഇവനങ്ങനെ ജയിക്കേണ്ട.

“അച്ഛന്റെ വസ്തു. ഇഷ്ടം പോലെ ചെയ്യും. അത് ചോദിക്കാൻ നീയാര്?”

“സ്വന്തം പേരിൽ വാങ്ങിയതൊന്നുമല്ലല്ലോ, അച്ചാച്ചൻ വഴി കിട്ടീതല്ലേ; അതങ്ങനെ തോന്നിയപടി വിൽക്കാനൊന്നും പറ്റൂലാ.”

ഓഹോ, ഇവൻ രണ്ടും കൽപ്പിച്ചാണ്. നിയമവശമൊക്കെ ചോദിച്ചറിഞ്ഞാണ് ഈ ഇടങ്കോലിടൽ.

അവർ ഭർത്താവിനടുത്തേക്ക് ചെന്നു.

“ഇതെത്ര നേരാന്നു വച്ചാ ഈ ഇരുപ്പിരിക്കുന്നെ, വാ, എണീക്ക്.”

അവർ ആ ചുമലുകളിൽ പിടിച്ചു ചെറുതായുലച്ചു. വിദൂരതയിലാണ് ദൃഷ്ടികൾ. മകന്റെ വാക്കുകൾ കേട്ടിട്ടാവണം. തല ചെരിച്ച് അവനെയൊന്നു നോക്കി. ആ മിഴികളിൽ അവിശ്വസനീയതയാണ്. ഒരു പാതി മന്ദഹാസം ചുണ്ടുകളുടെ ഒരു കോണിൽ വന്നെത്തി നോക്കി.

“നീയിവന് ചോറ്പൊതി കെട്ടീതൊന്നും ബെർത്യായീലാ ജാനൂ.”

ഇട്ടിയച്ചന്റെ സ്വരമിടറി. ആകെയൊരു കുഴച്ചിലാണ്, പറയുന്നത് മുഴുവൻ തിരിയുന്നില്ല. ദേഹം ഒരു വശത്തേക്ക് കുഴഞ്ഞു വീഴാൻ പോയപ്പോൾ ജാനുവമ്മ ചേർത്തു പിടിച്ചു.

പിള്ളാര് വണ്ടി വിളിച്ച് ആസ്പത്രീ കൊണ്ടുപോയി. കാർന്നോർക്ക് ഇടതുവശം തളർന്നു പോയിരിക്കുന്നു മുഖവും കോടിയിട്ടുണ്ട്. ഒരു രാവും പകലും ഇട്ടിയച്ചൻ പാതി ബോധത്തിൽ ICUവിൽ കിനാക്കളുടെ രഥമേറി സഞ്ചരിച്ചു. ഓർമ്മകളിൽ മുഴുവൻ തെളച്ചു വരുന്ന എണ്ണ, വട, പഴംപൊരി, പപ്പടം, പൂ പോലത്തെ ഇഡ്ഡലി, ചമ്മന്തി.

ഡിസ്ചാർജ് വാങ്ങി വീട്ടിലെത്തിയ ഇട്ടിയച്ചനെ കാണാൻ ചെന്നവരോട് കൊഴഞ്ഞ് കുഴഞ്ഞ് നാക്ക് തിരിയാതെ ചോദിച്ചു.

“ഇവിഴെന്നാ വേണം?

ഴോശ?

ഇഴലി?

വഴ?”

ഇട്ടിയച്ചന്റെ ബോധമണ്ഡലത്തിലിപ്പോൾ ഒരു അരങ്ങേയുള്ളൂ. അത് ഹോട്ടലാണ്. ഭവാൻ തനിക്ക് വിധിച്ച വേഷം അബോധമനസ്സിലും വിശ്വപ്രിയനായി ആടുകയാണ് ഇട്ടിയച്ചൻ. ■

വനിതാദിനം

കവലയിൽ ബസ്സിറങ്ങി ചിരപരിചിതമായ വഴിയിലൂടെ നടക്കുമ്പോൾ അവർ വീട്ടിലുണ്ടാകണേ എന്ന് മനസ്സാ പ്രാർത്ഥിച്ചു. സഹപാഠിയായിരുന്ന സുഹൃത്തിന്റെ അമ്മയാണ്. അവരുടെ വാത്സല്യം നുകർന്ന കുറച്ചു കാലം ഓർമ്മയിൽ പച്ചപിടിച്ചു ഇപ്പോഴുമുണ്ട്. താമസം പഴയ ദിക്കിൽ തന്നെയാണെന്നും സഹപാഠിയായിരുന്ന മകൻ ഇപ്പോൾ വിദേശത്ത് ആണെന്നും അറിയാം. കുറച്ചകലെയായതുകൊണ്ട് പലതവണ മാറ്റിവച്ചു ഇന്ന് ഇറങ്ങി പുറപ്പെട്ടതാണ്.

പഴയ ഓടിട്ട വീടിരുന്ന സ്ഥാനത്ത് ഇപ്പോൾ രണ്ടുനിലയിലുള്ള ഒരു രമ്യഹർമ്മ്യമാണ്. അടുത്തുതന്നെ കണ്ണ് കിട്ടാതിരിക്കാനെന്നോണം ഷീറ്റ് മേഞ്ഞ ഒരു ചാർത്തുണ്ട്. പഴയ സാധനങ്ങൾ നനയാതെ കൂട്ടിയിട്ട് സൂക്ഷിക്കാനാകും.

കോളിംഗ് ബെല്ലടിച്ചു ശുഭ്രവേഷത്തിൽ അന്തസ്സും ആഭിജാത്യവും മുഖത്തെഴുതിവച്ച വയോധികയെ പ്രതീക്ഷിച്ചു നിന്ന എന്റെ മുമ്പിൽ വാതിൽ തുറന്നു വന്നത് കൈക്കുഞ്ഞുമായി ഒരു യുവതി. കുഞ്ഞിന്റെ ചുണ്ടിനു മുകളിലും മുഖത്തും ഭക്ഷണശകലങ്ങൾ പറ്റിപ്പിടിച്ചിരിക്കുന്നു. അവനതെല്ലാം അമ്മയുടെ കഴുത്തിലും ദേഹത്തും മുഖമിട്ടുരച്ച് 'വൃത്തിയാക്കുന്നുമുണ്ട്'.

"സാജുവിന്റെ വീടല്ലേ?"

ശങ്കയോടെയായിരുന്നു എന്റെ ചോദ്യം.

"അതേ, പക്ഷേ ഞങ്ങളിവിടെ വാടകയ്ക്ക് താമസിക്കുന്നവരാ."

"സാജുവിന്റെ അമ്മ?"

ഞാൻ അർദ്ധോക്തിയിൽ നിർത്തി.

"ഓ, അമ്മൂമ്മ അവിടെയാ താമസം."

നേരത്തേ കണ്ട ഷീറ്റിട്ടുമേഞ്ഞ കെട്ടിടമാണവൾ ചൂണ്ടിക്കാട്ടുന്നത്. ലേശം അമ്പരപ്പിൽ നിൽക്കുന്ന എന്നോട് അവൾ വീണ്ടും പറയുകയാണ്.

“സാജുചേട്ടന്റെ അമ്മയല്ലേ, അവിടെയാണ്.”

അവിടെ മുട്ടിയ വാതിൽ തുറന്നു വന്നത് അന്വേഷിച്ചയാൾ തന്നെ. ശരീരം നന്നേ ക്ഷിണിച്ചു. പക്ഷേ പഴയപോലെ വൃത്തിയുള്ള വേഷം. കാഴ്ച്ചക്കുറവുണ്ട് എന്ന് വ്യക്തമാക്കുന്ന നോട്ടം. ഒരു നിമിഷം കൊയ്തു അടുക്കി വച്ച നെൽക്കറ്റകൾക്കിടയിൽ നിന്ന് പണിക്കാർക്ക് നിർദ്ദേശം കൊടുക്കുന്ന പ്രൗഢയായ ഒരു സ്ത്രീ രൂപം ഓർമ്മകളിൽ നിന്നൊന്നെത്തി നോക്കി. പരിചയപ്പെടുത്തണോ എന്നു സംശയിച്ചു നിൽക്കുമ്പോൾ ആ മുഖത്ത് പുഞ്ചിരി വിടർന്നു. എന്നെ മനസ്സിലായിക്കഴിഞ്ഞു. എന്റെ കൈ രണ്ടും കവർന്ന് അമ്മ പറഞ്ഞു.

“കേറിയിരിക്കടാ.”

ഒറ്റമുറി വീടിനകത്ത് ഒരു കട്ടിലും കസേരയും മേശയും. കട്ടിലിൽ ഏറെ മുഷിഞ്ഞ ഒരു കിടക്ക. കസേരയിൽ ഇരുന്ന എന്നോട് ചേർന്നു നിന്ന് അമ്മ വിശേഷങ്ങൾ ചോദിച്ചറിയുകയാണ്.

ഭാര്യ എവിടെ, കുട്ടികൾ എന്ത് ചെയ്യുന്നു. അമ്മയുടെ മരണം അവരറിഞ്ഞിട്ടുണ്ട്. കൂട്ടത്തിൽ അർദ്ധമന്ദഹാസത്തോടെ ഒരു കമന്റും.

“നീയങ്ങു വയസ്സനായിപ്പോയല്ലോടാ.”

പിന്നീട് എന്റെ ഊഴമായി.

“അമ്മയ്ക്ക് സുഖമല്ലേ? സാജുവിന്റെ കത്ത്/ഫോൺ ഒക്കെ വരാറില്ലേ? പുതിയ വീട്ടിൽ ആരാണ് താമസം?”

“അവൻ വന്നട്ട് രണ്ടു പെരുന്നാളു കഴിഞ്ഞു മോനേ. ഇടയ്ക്കു വിളിക്കും. ആ കൊച്ച് ഫോൺ കൊണ്ടുത്തരും. ഞാനെന്നാ പറയാനാ? സൊകമാണെന്ന് പറയും. പിള്ളാരെ കാണാൻ കൊതിയാവുന്നു. അവന് എപ്പോഴും ഓടി വരാൻ പറ്റുമോ?”

“വീട് വാടകയ്ക്ക് കൊടുത്തുവല്ലേ?”

എന്തെങ്കിലും ചോദിക്കണമല്ലോ എന്നു കരുതി ഞാൻ ചോദിച്ചു.

“ഞാനൊരാളല്ലേയുള്ളൂ. ഇത്രേം വലിയ വീട് വെറുതെയിട്ട് കളയണ്ടാന്നു പറഞ്ഞു അവൻ അത് വാടകയ്ക്ക് കൊടുത്തേക്കുവാ.”

എനിക്ക് മുഖം തരാതെ പുറത്തെ വെളിച്ചത്തിലേക്കു നോക്കിയാണ് അമ്മ പറയുന്നത്.

"ഇത്തിരി അരി ഞാൻ ഇവിടെ തെളപ്പിക്കും. കൂട്ടാൻ വല്ലതും ആ കൊച്ചു കൊണ്ടന്നുതരും. ഒരാൾക്ക് എന്തോരം വേണം? ഒന്നും കാണാൻ നിക്കാതെ പുള്ളിക്കാരനെ അങ്ങു വിളിച്ചതല്ലേ? ഇനിയെത്ര നാൾ വേണം?"

തെല്ലകലെ കാണാവുന്ന പള്ളിക്കുരിശിൽ മിഴിയൂന്നി അവർ തുടരുകയാണ്. ഞാൻ നിർന്നിമേഷനായി ഒന്നും പറയാനാകാതെ കസേരയിലിരുന്നു.

കാര്യങ്ങൾ കുറെയൊക്കെ എനിക്ക് വ്യക്തമായി. പുതിയ വീട് വാടകയ്ക്ക് കൊടുത്തു ജിവിതകാലം മുഴുവൻ കുടുംബത്തിനു വേണ്ടി ഹോമിച്ച ഇപ്പോൾ പുരാവസ്തുവായ അമ്മയെ ചാർത്തിൽ ആക്കി പോയിരിക്കുകയാണ് പുന്നാരമോൻ.

ഒന്നും പറയാനാവാതെ ഞാൻ എഴുന്നേറ്റു.

"മോന് കട്ടൻ ചായയിട്ടു തരട്ടെ."

"ഒന്നും വേണ്ടമ്മേ, അമ്മെ ഒന്ന് കാണാൻ വന്നതാ. ഞാൻ പിന്നെ വരാം."

ആ മിഴികളെ നേരിടാനാകാതെ പുറത്തേക്ക് നോക്കി ഞാൻ പുറത്തേക്കിറങ്ങി.

"അവൻ വിളിക്കുവാണെങ്കിൽ അമ്മയ്ക്ക് സൊകമാന്ന് പറ, എനിക്കിവിടെ ഒരു കുഴപ്പോമില്ല."

ഇത്തവണ ഞാൻ ആ മുഖത്തേക്ക് നോക്കി. മൂടിക്കെട്ടിയ മുഖത്ത് ചിരി വരുത്താൻ വൃഥാ ശ്രമിച്ചു അമ്മ. ആവർത്തിക്കുകയാണ്.

"എനിക്ക് സൊകമാന്നു പറ."

വഴിയിലേക്കിറങ്ങി. നടന്നു നീങ്ങുമ്പോൾ മനസ്സിനും ശരീരത്തിനും പതിവിലേറെ ഭാരമുണ്ടെന്നു തോന്നി. കാലുകൾ നീട്ടി വച്ച് വേഗം നടക്കുമ്പോൾ ആരവങ്ങളോടെ ഒരു മഴ എന്റെ പിന്നിൽ പെയ്യുന്നുണ്ടെന്ന് എനിക്കുറപ്പായിരുന്നു. ■

സ്മാരകശില

ഒരാശുപത്രി കട്ടിലിൽ കിടന്നായിരുന്നു സ്മാരകശിലകളുടെ പുനർ വായന. പുലർമഞ്ഞിനിടയിലൂടെ കാറ്റിന്റെ കൈ പിടിച്ച് നൂഴ്ന്ന് കയറിവന്ന എറമുള്ളാന്റെ പകുതി കാറ്റും പകുതി ശബ്ദവും കലർന്ന വാങ്കുവിളി കേട്ട് പുസ്തകം മാറിൽ കമഴ്ത്തി വച്ച് മീസാൻ കല്ലിന രികെ മയക്കത്തിനും ഉണർവ്വിനുമിടയ്ക്ക് തുഴയുമ്പോഴാണ് ഡോക്ടർ തന്ത്രിയും പരികർമ്മികളും ഒച്ചബഹളവുമായി വന്നത്.

"ഹലോ നാരായണൻ, എങ്ങനെയുണ്ട്?" വന്നപാടെ അപ്പോ ത്തിക്കിരി ചോദിച്ചു.

മേദസ്സുമുറ്റിയ ശരീരവും കുറച്ചൊന്നിരുന്ന തണ്ണിമത്തൻ കുടവയറും ഉരുണ്ട് തൂങ്ങിയ കവിളുകളും തടിച്ച കൺതടങ്ങളുമാണ് ആദ്യ മെന്റെ ശ്രദ്ധയിൽ പെട്ടത്. പക്ഷേ കണ്ണുകൾ, അവ കാരുണ്യക്കട ലാണ്. കുഞ്ഞബ്ദുള്ളയുടെ ശേഷക്കാരനാണോയെന്ന് സംശയമാവും.

"കൈയ്യിന് നല്ല വേദനയുണ്ട്." ഞാൻ പറഞ്ഞു.

അതു ശ്രദ്ധിക്കാതെ അദ്ദേഹം തല തിരിച്ച് ഒരു പരികർമ്മി യോട് പറയുന്നതു കേട്ടു.

"Type 2 diabetic, Frozen Shoulders" പയ്യൻ തലയാട്ടി. പെൺ കുട്ടികളെപ്പോലെ നെഞ്ചിലടക്കിപ്പിടിച്ച നോട്ട് പാഡ് നേരെ പിടിച്ച് അതിലെന്തൊക്കെയോ കുറിച്ചു. അല്ലെങ്കിലും അവനൊരു സ്ത്രൈണ ഭാവമുണ്ടെന്ന് ഞാൻ കണ്ടുപിടിച്ചു.

"കൈയ്യിന് വേദനയുണ്ട്." ഡോക്ടർ നേരത്തെ ചോദിച്ച ചോദ്യ ത്തിന് ഞാൻ വീണ്ടും മറുപടി പറഞ്ഞു. ആരു കേൾക്കാൻ?

അതവഗണിച്ച് അങ്ങോർ ഉടലാകെ പ്രയാസപ്പെട്ട് തിരിച്ച് മറ്റൊരു വാലിനോട് എന്തോ ചോദിച്ചു.

"176-286." അയാൾ മറുപടി പറഞ്ഞു.

അതെന്റെ പഞ്ചാരയുടെ കണക്കാണെന്ന് എനിക്കു പരിചയം കൊണ്ട് പെട്ടെന്ന് മനസ്സിലായി. പ്രോഗ്രസ് കാർഡ് അച്ഛനെ

കാണിച്ച ശരാശരി വിദ്യാർത്ഥിയെ പോലെ ഞാനൊന്ന് ചൂളി പരുങ്ങി. അദ്ദേഹമെന്റെ നെഞ്ചിൽ കമഴ്ത്തിവച്ച പുസ്തകമെടുത്തു നോക്കി. ചെറിയൊരു പ്രകാശം ആ മുഖത്തിന്റെ നിമ്നോന്നത ങ്ങളിൽ കൂടി കയറിയിറങ്ങി അധരങ്ങളിലെത്തി ദീപ്തമായ ഒരു പുഞ്ചിരിയായി വികസിച്ചത് ഞാൻ നോക്കിക്കിടന്നു. പിന്നിട് നെഞ്ചിലും പുറത്തും സ്റ്റെതസ്കോപ്പ് വച്ച് മൂപ്പർ ധ്യാനത്തിലാവു കയും ചെയ്തു. ചീഞ്ഞ വൈക്കോലിന്റെ ഗന്ധം കുറേശ്ശെ വരു ന്നുണ്ടോ എന്നെനിക്കു സംശയം തോന്നി. ഇത്ര രാവിലെ കക്ഷി രണ്ടെണ്ണം വീശിയിട്ടുണ്ടാകുമോ?

ഏയ്, ഇല്ല. ഞാനെന്റെ മനസ്സിനെ ശാസിച്ചു. വേണ്ടാത്ത ഹലാ ക്കിലെ ഓരോ സംശയങ്ങൾ!

ഏതായാലും നേരത്തെ ചോദിച്ച ചോദ്യത്തിന് ഇനി മറുപടി പറയുന്നില്ലെന്ന് ഞാൻ തീരുമാനിച്ചു. അതൊരു വഴിപാടായി ചോദി ച്ചെന്നേയുള്ളൂ. ഉത്തരമൊന്നും ആരും പ്രതീക്ഷിച്ചിട്ടില്ല.

"ങ്ഹാ, നാരായൺ, ഹൗ ആർ യു?" ദാ, വീണ്ടും ആ ചോദ്യം.

ഞാൻ പരിഭവിച്ചു അട്ടം നോക്കി കിടന്നു.

"ഷുഗർ ലെവൽ ഹൈ ആണല്ലോ? രാവിലെ ഒരു മണിക്കൂർ നടന്നാലോ?"

"ഈ ഏങ്ങപ്പിശാചുപോലുള്ള ഞാനോ? ഞാൻ മനസ്സിൽ കരുതി. തുടർന്ന് ആ കുടവയറും ശരീരവും കവിളുകളും ഒന്നു ഴിഞ്ഞു നോക്കുകയും ചെയ്തു.

"എന്നെ നോക്കണ്ട. ഇതു വേറെ ഇനമാണ്." അദ്ദേഹം ചിരിച്ചു.

"കുറുന്തോട്ടിക്ക്..." ഞാൻ അർദ്ധോക്തിയിൽ വിരമിച്ചു.

"അതു തന്നെ." അദ്ദേഹം വീണ്ടും ചിരിച്ചു. പിന്നെ എന്റെ അരി കിൽ കിടന്ന പുസ്തകമെടുത്ത് താളുകൾ മറിച്ചു.

"ആഹാ, നല്ല വായനയാണല്ലോ, എഴുതുമോ?"

"ബാത്റൂംസിംഗറാണ്." ഞാൻ പറഞ്ഞു.

"എഫ്ബിയിലാണല്ലേ എഴുത്ത്?"

അതെയെന്ന് ഞാൻ തലയാട്ടി. പിന്നെ കൂട്ടരെയെല്ലാം പറഞ്ഞ യച്ച് അദ്ദേഹം അരികിലിരുന്നു. എഫ്ബി തുറന്ന് ഫ്രണ്ട് റിക്വസ്റ്റ് വിട്ടു. ഇരുവരും വായിച്ച പുസ്തകങ്ങളെക്കുറിച്ച് സംസാരിച്ചു. എസ്.കെ യാണത്രെ പ്രിയപ്പെട്ട എഴുത്തുകാരൻ. അനന്യമാണ് പാത്രസൃഷ്ടി. 'ഒരു ദേശത്തിന്റെ കഥ'യേക്കാൾ 'ഒരു തെരുവിന്റെ കഥ'യാണ് പ്രിയം. 'മുകുന്ദൻ' തീരെ പോസിറ്റീവല്ല. 'മീശ' അനാവശ്യമായി വരുത്തി വച്ച വിവാദമാണ്. 'ആടുജീവിതം' ഒരു ട്രെയിൻ യാത്രയിൽ

ഒറ്റയിരുപ്പിന് വായിച്ചു. 'അവകാശികൾ' വാങ്ങി വച്ചിട്ട് ആറു മാസമായി. രണ്ടാമത്തെ വോളിയം ഇനിയും തീർന്നിട്ടില്ല. അങ്ങനെയങ്ങനെയതു നീണ്ടു പോയി. ഒരു ഡോക്ടറെന്ന നിലയിലുള്ള ചുമതലകൾക്കും കുടുംബകാര്യങ്ങൾക്കുമിടയിൽ ഇത്രയെങ്കിലും വായിക്കാൻ കഴിയുന്നുണ്ടല്ലോ എന്ന് ഞാൻ അത്ഭുതം കൂറി.

വാച്ചിൽ നോക്കി 'അയ്യോ' എന്ന് പരിഭ്രമിച്ച് ബദ്ധപ്പെട്ടെഴുന്നേറ്റ് പോകുന്നേരം പറഞ്ഞു. "ഷോൾഡറിന് ഇപ്പോ ഒന്നും ചെയ്യുന്നില്ല. ഷുഗർ സ്റ്റേബിളായി രണ്ടു മൂന്ന് മാസം കഴിഞ്ഞിട്ടും കുറഞ്ഞില്ലെങ്കിൽ അപ്പളാലോചിക്കാം."

ഇനി പറയുകയില്ലെന്ന് ശപഥം ചെയ്തതാണെങ്കിലും വീണ്ടും ഞാൻ പറഞ്ഞു.

"രണ്ടു കയ്യിനും വേദനയുണ്ട്."

"അതു സാരമില്ല. ഫിസിയോ തെറാപ്പി തുടങ്ങാം. പിന്നെ ഗുളികയുമുണ്ടാകും." വാതിൽ കടക്കും മുമ്പേ തിരിഞ്ഞു നിന്നു കാരുണ്യം വഴിയുന്ന മിഴികളുയർത്തി ചോദിച്ചു.

"ടി.ഡി. രാമകൃഷ്ണന്റെ ഒരു പുസ്തകമുണ്ട്. വേണോ?"

"ആണ്ടാൾ ദേവനായകി?" ഞാൻ ഉദ്വേഗം പൂണ്ടു.

"അതുതന്നെ, കൊടുത്തയയ്ക്കാം." തടിയാപിള്ള വാതിൽ കടന്നു പോയി.

ഡോക്ടർ വാക്കുപാലിച്ചു. അര മണിക്കൂർ കഴിഞ്ഞ് ഒരു ശിപായി 'ടി.ഡി. രാമകൃഷ്ണനെ' കക്ഷത്തിലിറുക്കി ശ്വാസം മുട്ടിച്ച് കൊണ്ടു വന്നു. അതെനിക്കിഷ്ടമായില്ലെങ്കിലും വാങ്ങി വച്ചു. പോത്തിനെന്തു ഏത്തവാഴ? പക്ഷേ അയാൾ പോകാതെ നിൽക്കുകയാണ്.

"എന്തേ?"

"ആ പുസ്തകം വാങ്ങി വരാൻ പറഞ്ഞു." അവൻ കൈ ചൂണ്ടി.

"എന്റെ സ്മാരകശിലകൾ. അമ്പട കള്ളാ"

'ഞാൻ സുഗന്ധി എന്ന ആണ്ടാൾ ദേവനായകിയും' വൈദ്യൻ 'സ്മാരകശില'കളും തിന്നു തീർത്തിട്ടേ ഡിസ്ചാർജുണ്ടാവൂ എന്നെനിക്കുറപ്പായി.

■

പാപ്പൻ

അന്ത്രയോസ് പാപ്പൻ ഇവിടെ പള്ളിത്താഴത്തും വരാറുണ്ട്. പള്ളിത്താഴമെന്ന് പറഞ്ഞാൽ തങ്കച്ചന്റെ ചായക്കടയും രണ്ടു പലചരക്കുകടകളും ചന്ത കൂടുന്ന ബുധനും ശനിയും മാത്രം തുറക്കുന്ന മലഞ്ചരക്ക് കടയും നമ്പ്യാരുടെ വൈദ്യശാലയും പുരവത്ത് ചേട്ടന്റെ തുണിക്കടയും അതിന് മുന്നിലിരുന്ന് തയ്ക്കുന്ന ഭാസ്കരനും അവനരികിൽ മുറങ്ങൾ മടിയിലേറ്റിയ ബീഡിതെറുപ്പുകാരും ഒരു കുഞ്ഞിപ്പോസ്റ്റോഫീസുമായാൽ പള്ളിത്താഴമായി.

അന്ത്രയോസ് പാപ്പൻ എല്ലാ വെള്ളിയാഴ്ചയും ഒമ്പതേമുക്കാലിന്റെ സെന്റ് മേരിസില് കെഴക്കൂന്ന് വന്നെറങ്ങും. ബസ്സേന്നെറങ്ങി കൈരണ്ടും കൂട്ടി മുകളിലേക്കുയർത്തി നടുവൊന്ന് വളച്ച്, ചെവി നീരിറങ്ങാതെ തലേൽ വട്ടക്കെട്ട് കെട്ടിയ തോർത്തൊന്ന് കുടഞ്ഞ് കുന്നിൻമുകളിലെ പള്ളിക്കുരിശൊന്നു നോക്കി നെഞ്ചത്ത് വലത് കൈ വച്ച് ഒരു നിൽപ്പുണ്ട്. പിന്നെ, ഉപായത്തിലൊന്ന് കുരിശ് വരച്ച്, റോഡ് മുറിച്ചു കടന്ന് തങ്കച്ചന്റെ കടേലേക്ക് കയറി ബെഞ്ചിലിരിക്കും. കടുപ്പത്തിലൊരു ചായ, നടുക്കഷ്ണം പുട്ട്, വെന്തു നനുത്ത വെള്ളരിക്കേം ചെറുപയറുമിട്ടതിൽ ഒഴക്ക് വെളിച്ചെണ്ണ തൂളിച്ച കറി. ഇത്രയും മുമ്പിലെത്താൻ വിനാഴിക നേരം മതി. പാപ്പൻ പള്ളിത്താഴത്ത് വരാൻ തുടങ്ങിയ കാലത്ത് തങ്കച്ചൻ ഒമ്പതിലെത്തിയിട്ടേയുള്ളൂ. മൂന്ന് പതിറ്റാണ്ടിന്റെ ബന്ധമാണ്. പുട്ടും പയറും ചായേം ചടപടാന്നകത്താക്കിക്കഴിഞ്ഞാൽ പ്രൊപ്രൈറ്റർ തങ്കച്ചന്റെ മേശയ്ക്കടിയിൽ നിന്ന് മരത്തിന്റെ സ്റ്റൂൾ വലിച്ചെടുത്ത് നേർച്ചക്കുറ്റീടെ കിഴക്ക് വശത്തിട്ട് പളനി പാപ്പന്റെ കോഴിലേലം ശ്രദ്ധിച്ച് സ്റ്റൂളേലങ്ങനെയിരിക്കും.

ഭൈരവാദി മൂർത്തികൾക്ക് കോഴിബലി കൊടുത്തു ബാധയൊഴിപ്പിക്കൽ മുതൽ എട്ടുമുള്ള് തറച്ച് ഒടി ദോഷം മാറ്റുകയും ആൾമറിവിന് മുഷ്ടികർമ്മം നടത്തുകയും വരെ നിസ്സാരമായി ചെയ്യുന്ന പാപ്പനെ ഞങ്ങൾ കുട്ടികൾക്ക് പേടിയായിരുന്നു. ഒമ്പതരേടെ

ബസേലിയസിനോ പത്തേകാലിന്റെ ആനവണ്ടിക്കോ ആരെങ്കിലു മൊക്കെ പാപ്പനെ തേടി വരും. അന്നു നറുക്ക് വീണത് കോതോങ്കലം മാതിരപ്പള്ളിക്കാരി തടിച്ച് ഒരല് പോലെ ഒരു ഏലിപ്പെണ്ണും നെറച്ച് എണ്ണ പെരട്ടി എലിവാല് പോലെ മുടി പിന്നിയിട്ട് ഒരു പെങ്കൊച്ചി നുമാണ്.

മറ്റാരും കണ്ടില്ലേലും വണ്ട്യേന്നെറങ്ങി ലേശം കെതച്ച് വട്ടം നോക്കണ ഏലിപ്പെണ്ണിന്റെ ചക്കമൊലകൾക്കിടയില് ചങ്കിനകത്ത് പെരളി കൊള്ളണ പിശാചിനെ പാപ്പനേ കാണാൻ പറ്റൂ. പാപ്പനെ കണ്ട് ഞെരിപിരി കൊള്ളണ പിശാചിന്റെ അമറൽ പാപ്പനേ കേൾ ക്കാനും പറ്റൂ. കയ്യാട്ടി വിളിച്ചതേയുള്ളൂ. ആട്ടിൻകുഞ്ഞിനെയെന്ന പോലെ ഏലിപ്പെണ്ണിനെ പിശാച് പാപ്പന്റെ മുന്നിലേക്ക് തെളിച്ച് കൊണ്ടുവന്നു. ഏലിപ്പെണ്ണിനെ ആകെയൊന്ന് നോക്കി, പരിചയ മൊട്ടും ഭാവിക്കാതെ പള്ളിമുകളിലെ കുരിശിൽ ദൃഷ്ടിയുറപ്പിച്ച് പാപ്പൻ പറഞ്ഞു.

“കൂടിയ എനമാണല്ലോ?”

ഏലിപ്പെണ്ണ് പാപ്പനെയൊന്ന് നോക്കി. അവളുടെ കണ്ണൊന്ന് മിന്നിത്തെളിഞ്ഞു. ഇനി സഹിക്കാൻ മേലല്ലോയെന്ന് അവൾ പറ യാതെ പറഞ്ഞത് പാപ്പനേ കേൾക്കാൻ കഴിഞ്ഞൊള്ളൂ.

“ബാ, വഴിയൊണ്ടാക്കാം.”

പാപ്പൻ മുന്നിലും ഏലിപ്പെണ്ണും പെങ്കൊച്ചും പിന്നിലുമായി തങ്കച്ചന്റെ ചായിപ്പിലോട്ട് കേറി. അവരോട് ബെഞ്ചേലിരുന്നോളാൻ പറഞ്ഞ്, മുഷിഞ്ഞ കുഷ്യനിട്ട മരക്കസേരയിലിരുന്ന് പാപ്പൻ നീട്ടി യൊന്ന് വിളിച്ചു.

“എടാ ചീക്കൂ, യെവനിതെവടെ പോയി?”

വിളിക്ക് കാത്തു നിന്ന ചീക്കു ഓടിയെത്തിയത് കണ്ട് പാപ്പന്റെ കൽപ്പന പോയി.

“അരക്കുപ്പി ചാരായോം കോഴീം മേടിച്ചോണ്ട് വാ. കാശ് കടേന്ന് തരും.”

അനന്തരം ഏലിക്കുട്ടിയുടെ കണ്ണിൽ കണ്ണുനട്ട് പാപ്പൻ വിസ്ത രിച്ചു തുടങ്ങി.

“എന്റെ കണ്ണിലോട്ട് നോക്കിയിരുന്നോണം.”

പാപ്പന്റെ ചുകന്ന വട്ടക്കണ്ണുകളിൽ ദൃഷ്ടിയുറപ്പിച്ച ഏലിക്കുട്ടി ചെറുതായൊന്ന് വിറ കൊണ്ടു. ശേഷം കണ്ണുകളടച്ച് ദേഹത്ത് കേറിയ ബാധയുടെ വിക്രിയകൾ ഓരോന്നായി പറഞ്ഞു തുടങ്ങി.

മൂത്രമൊഴിക്കാൻ നിലാവത്ത് കുന്തിച്ചിരുന്ന ഏലിയെ തൊഴുത്തിന്ന് എടുത്തോണ്ട് വന്നത്, അന്തിമയങ്ങിയപ്പോൾ ഒരു കറമ്പൻ കണ്ടനായി വന്ന് കുറുക്കനെപ്പോലെ പല്ലിളിച്ച് ഓരിയിട്ടത്, ഉറക്കത്തിനിടയിൽ ഏങ്ങപ്പിശാചായ വല്യമ്മായ്യെ കട്ടിലേന്ന് വലിച്ച് താഴെയിട്ടത്, ഏഴുവയസ്സുള്ള പെങ്കൊച്ച് ചത്തുപോയ വല്യമ്മച്ചീടെ ഒച്ചയിൽ വഴക്ക് പറഞ്ഞത്, അങ്ങനെ കുറേക്കാലമായി കുടുമ്മത്തിന്റെ മൊത്തം ഉറക്കവും മനസ്സമാധാനവും കെടുത്തിയ സംഭവങ്ങൾ!

ചീക്കു സാധനങ്ങളുമായി വന്നയുടൻ കോഴിയേയും കൊണ്ട് തങ്കച്ചന്റെ കടേലോട്ട് പോയി. മൊളകും മസാലയും ചേർത്ത് കോഴിയെ ശരിയാക്കാൻ തങ്കച്ചനോളം മിടുക്ക് ഈ കരയിലാർക്കുമില്ല. മൂലക്കുരുവിന്റെ ഉപദ്രവമുള്ള പാപ്പന് കോഴിയത്ര പഥ്യമല്ല. എരിവ് കൂടിയാൽ പിറ്റേന്ന് വിവരമറിയും. ഇതറിയാവുന്ന തങ്കച്ചൻ ചില മരുന്നുകളും കൂട്ടിയാണ് കോഴിയെ ശരിപ്പെടുത്തുക.

ചാരായവും കോഴിക്കറിയും പാതിയെത്തിയപ്പോഴേക്കും പാപ്പൻ പന്തങ്ങളും തിരിയുമെടുത്തു. അത്തിക്കമ്പ് പിളർത്തി ഇടയ്ക്ക് വെള്ളാരംകല്ലുകൾ വച്ച് തുണി ചുറ്റിക്കെട്ടി എണ്ണയിൽ മുക്കിയ പന്തങ്ങൾ. കൊച്ചുപിച്ചാത്തി കൊണ്ട് ചതുരം വരച്ച് മഞ്ഞൾപ്പൊടി കൊണ്ട് കളങ്ങളാക്കിത്തിരിച്ച് ഓരോന്നിലും വാഴപ്പിണ്ടിയിൽ കുത്തി നിർത്തിയ പന്തങ്ങൾ തെളിയിച്ച് പാപ്പൻ ദൃഷ്ടി മുകളിലേക്കാക്കി ഇരുന്നയിരുപ്പിലൊന്ന് വെറച്ചാടി ഉറക്കെ മന്ത്രം ചൊല്ലാൻ തൊടങ്ങി. മുത്തപ്പൻ പാപ്പന്റെ ദേഹത്ത് കൂടിക്കഴിഞ്ഞു.

പന്തങ്ങൾ കത്തിക്കത്തി താഴേക്ക് വരുമ്പൊ ചൂടിൽ പഴുത്ത് വെള്ളാരങ്കല്ല് പൊട്ടി പൊട്ടാസ് പൊട്ടണ പോലെ ഒച്ച കേക്കാൻ തൊടങ്ങിയപ്പോ പാപ്പൻ പറഞ്ഞു.

"കണ്ടോ, കണ്ടോ, പൊട്ടിപ്പൊട്ടി ബാധ പൊറത്തു ചാടണത് കണ്ടോ?"

ഏലിപ്പെണ്ണും കൊച്ചും ചങ്കിൽ കൈ വച്ച് നിന്നു. അനന്തരം ഏലിപ്പെണ്ണിന്റെ കണ്ണ് മറിഞ്ഞ് പാപ്പന്റെ കണ്ണിൽ തറച്ചു നിന്നു. ഏലിപ്പെണ്ണിന്റെ ഉള്ളിന്ന് ഒരാന്തലുയർന്ന് തൊണ്ടയിൽ കുരുങ്ങി. അവളുടെ നെഞ്ചിൽ ഒരലിടിക്കണ ഒച്ച കേക്കാൻ തൊടങ്ങിയപ്പോ പാപ്പൻ പറഞ്ഞു.

"നെഞ്ചത്ത് കൈ വച്ച് നോക്ക്യേ, അവനെറങ്ങി വന്ന ശബ്ദം കേക്കാം."

പിന്നെ, ബാക്കി ചാരായോം എലേലെ കോഴിക്കറിയും കളത്തിനകത്തേക്ക് നീക്കിവച്ച് അരൂപിയായ പിശാചിനോട് ആജ്ഞാപിച്ചു.

"ദേ, ഇതും കുടിച്ച് എറച്ചീം തിന്നേച്ച് പൊക്കോണം. മുത്തപ്പ നാണെ സത്യം ഈ ദേഹത്തൂന്ന് ഒഴിഞ്ഞു പൊക്കോണം."

അന്നേരം പാപ്പന്റെ മൊകത്തേക്ക് നോക്കാൻ പേടിയാവും. എല്ലാം കഴിഞ്ഞ് 'ലക്ഷണ' ഈ കളത്തില് വച്ചേര്. ഭണ്ഡാരക്കുറ്റീല് നേർച്ചയിട്ട് പൊക്കോ എന്നാണ് പാപ്പൻ പറയാറ്. പിശാചിറങ്ങി ഭാരം നഷ്ടപ്പെട്ട ദേഹങ്ങൾ പാപ്പന്റെ കൈമുത്തി ദക്ഷിണക്കാശ് പീഠത്തിൽ വച്ച് തങ്കച്ചന്റെ ചോറുണ്ട് ഒന്നരേടെ തൊടുപുഴ പാസ്റ്റിൽ കയറിപ്പോകും.

കളത്തിൽ കണ്ണും നട്ടു നിന്ന ചീക്കു കണ്ടത് ഏലിക്കുട്ടിടെ തലയിൽ വലതു കൈവച്ച് നിൽക്കുന്ന പാപ്പനെയാണ്. ഇടതു കൈ കൊച്ചിന് ചുറ്റും വലയം തീർത്തിരുന്നു. ഏലിക്കുട്ടി ശരിയായി വിറയ്ക്കുന്നുണ്ട്. അന്തിച്ചു നിന്ന ചീക്കുവിന്റെ കയ്യിൽ നൂറിന്റെ അഞ്ചാറ് നോട്ട് കൊടുത്ത് പാപ്പൻ പറഞ്ഞു.

"തങ്കച്ചന്റെ പറ്റ് തീർത്തേരെ. ബാക്കി നീ വച്ചോ."

ഒന്നരേടെ തൊടുപുഴ ഫാസ്റ്റിൽ കേറി സൈഡ് സീറ്റ് പിടിച്ച് സ്ത്രീകളിരിക്കുന്ന ഭാഗത്തേക്ക് തിരിഞ്ഞൊന്ന് നോക്കി പാപ്പൻ ടിക്കറ്റെടുത്തു.

"വാഴക്കൊളം, രണ്ടു ഫുള്ളും ഒരു ഹാപ്പും."

തങ്കച്ചന്റെ ചായിപ്പിന് പിൻവശം ഉച്ചവരെ സപ്പോർട്ട് കളിക്കാരും വൈകീട്ട് സൊറ പറയാൻ വരുന്ന ചെറുപ്പക്കാരും പങ്കുവച്ചെടുത്തിരിക്കുകയാണ്. ചീക്കു പിന്നെ വന്ന മന്ത്രവാദികളുടെ കൈക്കാരനായി ഇപ്പോഴുമിവിടെയുണ്ട്. പക്ഷേ അന്ന് തൊടുപുഴ ഫാസ്റ്റിൽ കയറി പോയ ഞങ്ങടെ അന്ത്രയോസ് പാപ്പനെ വെള്ളിയാഴ്ചകളിൽ ഞങ്ങളിന്നും കാത്തിരിക്കുന്നു.

■

വഴിത്തിരിവ്

"ശ്ശോ, ഈ നശിച്ച മഴ."

പണ്ടെങ്ങോ ചാണകം മെഴുകിയ തറയിൽ പടർന്ന് കയറുന്ന നനവ്. വിരിച്ചിട്ട തഴപ്പായ ഉറങ്ങുന്ന കുട്ടിയോടൊപ്പം നനവ് പടരാത്തിടത്തേക്ക് വലിച്ച് നീക്കി മുഷിഞ്ഞ കൈലി കൊണ്ടവനെ പുതപ്പിച്ച് അയാൾ ജനലിലൂടെ നിരത്തിനപ്പുറം വിശാലമായ പാടത്തേക്ക് നോക്കിയിരുന്നു. ഈറൻ കാറ്റിന്റെ തണവിനോടൊപ്പം ആളുകൾ കൊണ്ടുവന്ന് തള്ളുന്ന മാലിന്യത്തിന്റെ ദുർഗ്ഗന്ധവുമൊഴുകിയെത്തുന്നുണ്ട്. രാത്രിയിലെ തിരിമുറിയാത്ത ചൊരിച്ചിലിനുശേഷം ഒന്ന് തോർന്നെങ്കിലും ആകാശത്തിന്റെ അടിവയർ കാളിമ പടർന്ന് ഇരുണ്ടിരിക്കുകയാണ്. ചെക്കൻ ഉറക്കം മുറിഞ്ഞ ഈർഷ്യയിൽ എന്തോ പുലമ്പി കൈലികൊണ്ട് മൂടിപുതച്ച് ചുരുണ്ടുകിടന്നു. അവനെയങ്ങനെ നാക്കിയിരുന്നപ്പോൾ വല്ലാത്തൊരു വിങ്ങൽ അയാളെ വന്നു പൊതിഞ്ഞു. രണ്ടാഴ്ച പിന്നിലേക്ക് പടവുകളിറങ്ങുമ്പോൾ ഭീതിദമായ കാഴ്ചകളിൽ നിന്ന് രക്ഷപ്പെടാനെന്നോണം അയാൾ കണ്ണുകളിറുക്കിയടച്ചു.

രാത്രി മുഴുവൻ കലികൊണ്ടെന്നോണം മഴ തിമർത്തു ചെയ്യുകയായിരുന്നു. മലയടിവാരത്തെ ഓടിട്ട വീടിന്റെ ഉമ്മറത്തിരുന്ന് മടിയിലിരിക്കുന്ന മകന് കഥ പറഞ്ഞു കൊടുക്കുകയായിരുന്നു അയാൾ. വീടിനു പിന്നിൽ കുറച്ചകലെയായി ചെരിഞ്ഞുയർന്ന് നിൽക്കുന്ന ചെമ്പൻ മലയാകെ നനഞ്ഞ് നിൽക്കുന്നു. മലയിൽ നിന്ന് പല ചാലുകളായി ഒഴുകിയിറങ്ങി വലിയൊരു തോടായി മാറിയ നീർച്ചാലിൽ തുണിയലക്കുന്ന പെണ്ണുങ്ങൾ. ഒരാഴ്ചയായി തിരിമുറിയാതെ ചെയ്ത മഴയ്ക്ക് ഇന്ന് ചെറിയൊരു വിശ്രമം ലഭിച്ച മട്ടുണ്ട്. രണ്ടുമൈൽ അകലെയുള്ള ചെറു ടൗണിൽ പോയി അത്യാവശ്യ സാധനങ്ങളും വിലാസിനിക്കുള്ള മരുന്നും വാങ്ങണം. മകനുള്ള യൂണിഫോം തുന്നി വച്ചത് വാങ്ങണം. അയാൾ എഴുന്നേറ്റ് അയയിൽ നിന്ന് ഷർട്ടെടുത്തിട്ട് വിളിച്ചു പറഞ്ഞു.

"എടിയേ, ഞാനൊന്ന് ടൗൺ വരെ പോയേച്ചും വരാം."

ഇളയ രണ്ടരവയസ്സുകാരിയെ ഒക്കത്തു വച്ച് വിലാസിനി അകത്തു നിന്നും വന്ന് വരാന്തയിലിരുന്ന്, കുഞ്ഞിന് മുല കൊടുക്കാൻ തുടങ്ങി. നൈറ്റി അവിടവിടെ പിഞ്ഞിക്കീറിയിട്ടുണ്ട്. എത്ര ഇല്ലായ്മയിലും പ്രസന്നത വിടാത്ത, ആവലാതി തീരെ പറയാത്ത പ്രകൃതമാണ്. ഒരു മുട്ടുമില്ലാതെ കഴിയാവുന്നിടത്തു നിന്ന് തന്റെ പേശീബലത്തിന്റെ മാത്രം ഉറപ്പിൽ വിളിച്ചിറക്കിക്കൊണ്ടുവന്ന പെണ്ണാണ്.

മാസക്കുറി കിട്ടിയതിൽ നിന്ന് രണ്ടു നൈറ്റി വാങ്ങണം. ഒരെണ്ണത്തിന്റെ പൈസ റൊക്കം കൊടുക്കാം. അയാൾ മനസ്സിലുറച്ചു. നൈറ്റിയുടെ കീറലിലേക്കും പിന്നെ മുളമ്പടിക്കപ്പുറം ആളുകൾ ഒറ്റയ്ക്കും കൂട്ടായും നടന്നു പോകുന്ന വഴിയിലേക്കും നോക്കി അയാൾ വിളിച്ചു പറഞ്ഞു.

"അകത്ത് പോയി മൊല കൊടുക്ക് പെണ്ണേ."

മുളമ്പടി കവച്ചു കടന്നപ്പോഴേക്കും മൂത്തവൻ ഓടിയെത്തി. കൂടെ അത്യുത്സാഹത്തിൽ അവന്റെ കൈസറും. ഈ പട്ടിയെ അവന് പ്രാണനാണ്. 'അച്ഛാ, ഞാനുണ്ട്' എന്ന് പറയുക മാത്രമല്ല അവൻ കയ്യിൽ തൂങ്ങിക്കഴിഞ്ഞു.

ഒന്നാലോചിച്ച് അയാൾ അവനേയും കൂട്ടി.

കുടികളിലെ കുരുമുളക് വാങ്ങി ഉണക്കി ടൗണിൽ കൊടുത്താൽ കിട്ടുന്ന ചെറിയ ലാഭവും കൂടിയതാണ് കുടുംബവാഹനത്തിന്റെ ഇന്ധനം. മുളക് വീട്ടിലെത്തിച്ചാൽ ഉണക്കലും പാറ്റലുമൊക്കെ അവളുടെ പണിയാണ്. നാല് ചാക്ക് പഴുത്തു തുടങ്ങിയ കുരുമുളക് പനമ്പിൽ കിടക്കുന്നു. അതൊന്ന് ചിക്കണം. ചെക്കനെ ഇവിടെ നിർത്തിപ്പോയാൽ അവളുടെ ജോലിയൊന്നും നടക്കില്ല.

മുളമ്പടി കടന്ന് വഴിയിലെത്തി മൂന്ന് സെന്റിലെ ചെത്തി ത്തേക്കാത്ത വീടിനെ അഭിമാനത്തോടെയൊന്ന് നോക്കി. പൂജ്യത്തിൽ നിന്ന് തുടങ്ങിയ നീന്തലാണ്. ഇതുവരെ നിലയെത്താത്ത കടലായിരുന്നു. അവൾ കൂടി വന്ന് പരസ്പരം താങ്ങായി ആഞ്ഞ് തുഴഞ്ഞപ്പോൾ നില കിട്ടാറായി. ജീവിതം കൂമ്പെടുത്തു തുടങ്ങി. മൺഭിത്തി വെട്ടുകല്ലിനും വൈക്കോൽ ഓടിനും വഴിമാറി. ചാണകം മെഴുകിയ തറയ്ക്കു പകരം റെഡ് ഓക്സൈസ് പൂശിയ സിമന്റു തറയായി. അതിനിടയിൽ രണ്ടു പ്രസവങ്ങൾ. കുട്ടികളുടെ ചെലവുകൾ. ഇനിയും ഏറെ പണികൾ ബാക്കിയുണ്ട്.

ഇന്നലെയും നെഞ്ചിൽ തല ചേർത്തു വച്ച് അവൾ പറഞ്ഞതേയുള്ളൂ.

"രണ്ടാടിനെ മേടിച്ചാൽ ഞാൻ നോക്കിക്കോളാം."

“ഈ മൂന്ന് സെന്റിലാണോ നീ ആട് വളർത്താൻ പോകുന്നേ?”

“മേരിചേച്ചിടെ പ്ലാവുമ്മെന്ന് പ്ലാവില ഒടിച്ചോളാൻ പറഞ്ഞിട്ടുണ്ട്, പിന്നെ, ഒള്ള കഞ്ഞിവെള്ളോം പറ്റുമൊക്കെ കൊടുക്കാംന്നേ.”

പാവം. എങ്ങനെയെങ്കിലും തനിക്കൊരു താങ്ങാനാവാനാണ് അവൾ ശ്രമിക്കുന്നത്. അയാളവളെ നെഞ്ചോട് ചേർത്തമർത്തി മൂർദ്ധാവിൽ ഉമ്മ വച്ചു. ആവുന്നത്ര മൃദുലമാക്കിയ പരുക്കൻ വിരലുകൾ മുടിയിഴകളിൽ മേഞ്ഞു നടന്നു. അവൾ തുടർന്നു.

“രണ്ടാടും നാലഞ്ച് കോഴീ മൊണ്ടെങ്കിൽ വീട്ടുചെലവ് ഞാനെങ്ങനേം നടത്തിക്കോളാം. മ്മക്ക്, നല്ല ഒരു ചിട്ടീം കൊടെ ചേരണം. അത് വിളിച്ച് ചൊവര് തേക്കണം. വെള്ളപൂശണം.”

ശരിയാണ് അവൾ ഒരു താങ്ങായി കൂടെയുണ്ടെങ്കിൽ എല്ലാം നടക്കും. നടത്തണം. അയാൾ ചെക്കനെ ചേർത്ത് പിടിച്ച് ധൃതിയിൽ നടന്നു.

പിന്നിൽ ദൂരെ നിന്നൊരു ഹുങ്കാരത്തിന്റെ അലയൊലി കേട്ടയാൾ നടത്തം നിർത്തി ശ്രദ്ധിച്ചു. പ്രകൃതി പെട്ടെന്ന് നിശ്ചലമായതുപോലെ. ശക്തി പ്രാപിക്കുന്ന ആരവത്തോടൊപ്പം നായ്ക്കളുടെ കുരകളും ഓലിയിടലും അടുത്തടുത്തു വരുന്നു. നോക്കിനിൽക്കെ പ്രാണരക്ഷാർത്ഥം പാഞ്ഞു വരുന്ന ആളുകൾ. ഉച്ചത്തിലുള്ള നിലവിളികൾ. കുട്ടികളെ വാരിയെടുത്തോടുന്ന സ്ത്രീകൾ. പരക്കംപാച്ചിലിൽ വീണും പിടഞ്ഞെഴുന്നേറ്റ് പ്രാഞ്ചിക്കിതച്ചോടിയും വരുന്ന ജനങ്ങൾക്കൊപ്പം കന്നുകാലികളും. ഒരു നിമിഷം അവർക്കു പിന്നിൽ ആർത്തലച്ച് എല്ലാ പ്രതിബന്ധങ്ങളേയും തട്ടിത്തകർത്ത് പാഞ്ഞടുക്കുന്ന വലിയൊരു ജലപ്രവാഹത്തോടൊപ്പം കല്ലുകളും മരങ്ങളും പാറക്കഷ്ണങ്ങളും. ഒരു നിമിഷം മകന്റെ കയ്യും പിടിച്ച് ഇടത്തോട്ട് തിരിഞ്ഞോടുമ്പോൾ കേട്ട ആക്രോശങ്ങൾ, നിലവിളികൾ.

കവലയിലെ പിടികത്തിണ്ണയിൽ ഓടിക്കിതച്ചെത്തിയ അയാളോടൊപ്പം പരിചിതരും അല്ലാത്തവരുമായി ഒരു കൂട്ടം ആളുകൾ. എല്ലാവരുടേയും മുഖം മൂടി നിന്ന ഭയവും ആശങ്കയും. പെട്ടെന്ന് ഒരാന്തലോടെ ചാടിയെഴുന്നേറ്റ് മുന്നോട്ട് കുതിച്ച അയാളെ തടഞ്ഞ് ആരോ പറഞ്ഞു.

“പോകരുത്, ഉരുള് പൊട്ടീതാ, ഇനീം പൊട്ടും.”

എങ്കിലും അയാൾ പീടികയിൽ നിന്നിറങ്ങി വഴിയിലേക്ക് നോക്കി. എല്ലാം തച്ചുതകർത്ത് ലാവയായൊഴുകിയെത്തിയ കല്ലുകളും മരങ്ങളും വന്ന് മൂടി തിരിച്ചറിയാനാവാത്തവിധം മാറിയ പ്രകൃതി. എവിടേയും ഒരാളുയരത്തിൽ ചെളിയും കൽക്കെട്ടുകളും. അയാളുടെ

വീടിരുന്ന ഭാഗത്ത് നിന്നിരുന്ന തെങ്ങ് മറിയാതെ ഒരടയാളം പോലെ തലയുയർത്തി നിന്നു.

ഗതാഗതം തടസ്സപ്പെട്ട റോഡിനിപ്പുറം വാഹനങ്ങളുടെ നിര. തലങ്ങും വിലങ്ങും മരിച്ചതും ജീവനുള്ളതുമായ ശരീരങ്ങളുമായി പായുന്ന പൊലീസ്, ഫയർഫോഴ്സുകാരുടെ ഇടയിലൂടെ ഭ്രാന്തനെപ്പോലെ അയാൾ പാഞ്ഞു നടന്നു. മകനെ പരിചയമുള്ള വീട്ടിലേൽപ്പിച്ച് അയാൾ ടൗണിലേക്ക് പാഞ്ഞു. വിഹ്വലമായ ദൃഷ്ടികളോടെ ആശുപത്രിയിൽ അകത്തും വരാന്തയിലും വെറും നിലത്ത് കിടത്തിയിരുന്ന ഓരോ ശരീരങ്ങളിലും വിലാസിനിയെ തിരഞ്ഞ് ഉഴറി നടന്ന് ഒരു മൂലയിൽ വീഴുമ്പോൾ അയാൾ പാടെ തകർന്നു പോയിരുന്നു.

പരിചയക്കാരന്റെ ഇറയത്ത് രാത്രി മുഴുവൻ മകനെ മടിയിൽ ചേർത്ത് പിടിച്ച് ഇരുട്ടിൽ വിദൂരതയിലേക്ക് നോക്കി അയാളിരുന്നു. അവനമ്മയെ കാണണം. കുഞ്ഞാവയെ കാണണം. കൈസറിനെ കാണണം. നാളെയാകട്ടെയെന്ന് പറഞ്ഞ് വീട്ടുകാരി തന്ന കഞ്ഞിയും കൊടുത്ത് ഉറക്കിയതാണ്.

കാളരാത്രിക്കു ശേഷം നേരം പുലർന്നയുടൻ മകനേയും കയ്യിൽ പിടിച്ച് അയാൾ വീടിരുന്നയിടത്തേക്ക് നടന്നു. റോഡും തോടും വയലുമെല്ലാം ഒന്നായി ചെളിയും പാറകല്ലുകളും കൊണ്ട് മൂടിയിട്ടുണ്ട്. അപ്പോഴും വീഴാതെ നിന്ന തെങ്ങ് ലക്ഷ്യമാക്കി പ്രാഞ്ചി നടന്നു. ജെസിബിയും മറ്റു യന്ത്രങ്ങളുമായി മണ്ണ് നീക്കി തെരച്ചിൽ തുടരുകയാണ്. കണ്ടെടുക്കുന്ന ഓരോ ശരീരത്തിനരികിലേക്കും അയാൾ പാഞ്ഞടുത്തു. ഒരു നെടുവീർപ്പോടെ പിൻവാങ്ങി. വീടിരുന്ന പ്രദേശമാകെ നാലാൾപൊക്കമെങ്കിലും മണ്ണും കല്ലും വന്ന് നിറഞ്ഞു കാണണം. ആയാസപ്പെട്ട് തപ്പിയും തടഞ്ഞും പിടിച്ചുകയറി ആ മണ്ണിൽ തെങ്ങിൽ പിടിച്ചുനിന്ന് അയാൾ കിതച്ചു. മണ്ണിൽ ചെവിയോർത്ത് വച്ച് ഒരു ശബ്ദത്തിനായി അയാൾ കാതോർത്തു. ഈ കൽക്കൂമ്പാരത്തിനടിയിലാണ്, അയാളുടെ ചെത്തിത്തേയ്ക്കാത്ത വീട്. വീടിനുള്ളിൽ അവൾ, ഓമനക്കുഞ്ഞ്. ഒന്നു നിലവിളിക്കാൻ പോലുമാകാതെ, അനങ്ങാൻ കഴിയാതെ, മണ്ണിനടിയിൽ മറഞ്ഞ അയാളുടെ നെഞ്ചിൻപാതി. നെഞ്ചിലൂടെ ഈർച്ചവാൾ പായുന്ന വേദനയോടെ മകനെ നെഞ്ചോട് ചേർത്തുപിടിച്ച് ആ മണ്ണിൽ ചടഞ്ഞിരുന്ന അയാളുടെ ഉള്ളിൽനിന്ന് ഒരാർത്തനാദമുയർന്നു. ദീനമായ ഒരു ശബ്ദം കേട്ട് അയാൾ തിരിഞ്ഞു നോക്കി. കൈസർ ഒരു കാൽ മുടന്തി വന്ന് അയാളോടൊപ്പം ചേർന്നുനിന്നു. വിഹ്വലമായ ദൃഷ്ടികളോടെ അവിടവിടെ മാന്തിയും ഇടയ്ക്ക് ചെവി മണ്ണോട് ചേർത്ത് വച്ച് ശ്രദ്ധിച്ചും അവനവിടെ പ്രാഞ്ചി നടന്നു.

ഉരുൾപൊട്ടലിൽ വീട് നഷ്ടപ്പെട്ടവർക്ക് പഞ്ചായത്തിൽ നിന്ന് തൽക്കാലം ഏർപ്പടാക്കിത്തന്നതാണീ വീട്. മുന്നിൽ ചെമ്പരത്തികൾ അതിരിട്ട തിണ്ടിനപ്പുറം പൊട്ടിപ്പൊളിഞ്ഞ ടാർ റോഡാണ്. പണ്ടത്തെ ലക്ഷംവീട് കോളനിയിലാണതവസാനിക്കുന്നത്. ഓർമ്മകൾ സമ്മാനിച്ച നടുക്കം വിട്ടുമാറാതെ കാൽമുട്ടുകളിൽ മുഖമമർത്തി മകനെ ചേർത്ത് പിടിച്ച് വിഹ്വലമായ ദൃഷ്ടികളോടെ അയാളിരുന്നു.

മിഴിപൂട്ടിയാൽ പാഞ്ഞടുത്തു വരുന്ന കല്ലും മണ്ണും നിറഞ്ഞ ജലപ്രവാഹം. ഒരു ചെറുകാറ്റിനെപ്പോലും അയാൾ ഭയപ്പെട്ടു തുടങ്ങി. ദൂരെ നിന്നുള്ള മഴയുടെ ആരവം പോലും വേഗതയേറ്റുന്ന നെഞ്ചിടിപ്പുകൾ.

പൊട്ടിപ്പൊളിഞ്ഞ ടാർ വഴിയിൽ നിന്നൊരു ശബ്ദം കേട്ടാണ് അയാൾ തലയുയർത്തി നോക്കിയത്. തൂവെള്ള വസ്ത്രമണിഞ്ഞ തടിച്ച ഒരു സ്ത്രീ പിന്നിലേക്ക് നോക്കി ആരേയോ വിളിക്കുകയാണ്.

“ഹറിയപ്പ് ടോം. പപ്പിക്ക് മോഷൻ പാസ് ചെയ്യാനുള്ള സമയമായി.”

“അതവിടെങ്ങാൻ പോരെ?”

പിന്നിൽ മുട്ടോളം ഇറക്കമുള്ള ട്രൗസറും ടീഷർട്ടുമണിഞ്ഞ് തന്റെ ഭാരിച്ച ശരീരം വലിച്ച് വരുന്ന മദ്ധ്യവയസ്ക്കനാണ് മറുപടി പറഞ്ഞത്. കയ്യിലിരുന്ന നിറഞ്ഞ ഷിമ്മിക്കൂട് വെള്ളം നിറഞ്ഞു നിന്ന ചതുപ്പിലേക്കയാൾ എറിഞ്ഞു.

“എന്നിട്ട് വേണം അവിടമൊക്കെ നാറാൻ.”

അപ്പോഴാണ് അയാളത് കണ്ടത്. ആ സ്ത്രീയുടെ കയ്യിൽ ചുറ്റിപ്പിടിച്ച ചുവന്ന നാടയുടെ അറ്റത്ത് വെളുത്ത രോമം തിങ്ങിയ ഒരു പട്ടിക്കുട്ടിയുണ്ട്. പന്തുപോലെ ഉരുണ്ട് നടക്കുന്ന ഒന്ന്.

“ഇവിടേയും വീടുണ്ട്.”

തന്റെ ഏച്ചു കെട്ടിയ പോലുള്ള പുരയിലേക്ക് ഒരു നോട്ടമെറിഞ്ഞാണ് അയാളത് പറഞ്ഞത്.

“ഓ, കോളനിയല്ലേ? പിന്നേ ഇന്ന് പപ്പിയെ കുളിപ്പിച്ച് ഡ്രസ് ചെയ്യിച്ച് കൊണ്ടുപോകണം.”

“എങ്ങോട്ട്?”

“പപ്പിയെ വാങ്ങിയ വീടില്ലേ? ഇന്ന് പപ്പിയുടെ സിബ്ളിംഗ്സിനെയെല്ലാം അവിടെ കൊണ്ടുവരും. ഒരു ഗെറ്റുഗദർ. ഞങ്ങടെ വാട്ട്സാപ്പ് ഗ്രൂപ്പിലെ തീരുമാനമാണ്.”

ചെക്കനെഴുന്നേറ്റ് ചെമ്പരത്തിച്ചെടികൾ അതിരിട്ട മുറ്റത്തെ മൂലയിലേക്കോടുന്നത് അയാൾ കണ്ടു. മൂത്രമൊഴിക്കാനാവും.

അയാളൊരു ബീഡിയെടുത്ത് കത്തിച്ച് പുകവിട്ടു. ചെമ്പരത്തി ച്ചെടികൾക്കപ്പുറം റോഡിന്റെ ഇങ്ങേ അതിരിലേക്ക് പട്ടിക്കുട്ടിയെ നീക്കി നിർത്തി അവർ പറയുന്നു.

“പപ്പി, ഹറിയപ്പ്.”

മൂത്രമൊഴിച്ചുകൊണ്ടിരിക്കുമ്പോൾ അതിരിനപ്പുറം പട്ടിയെ കണ്ടി ട്ടാവണം അവനെഴുന്നേറ്റു.

ചെമ്പരത്തിച്ചെടികൾക്കപ്പുറത്തുമിപ്പുറത്തും ഒരു കോൽ അകല ത്തിൽ രണ്ട് ജന്മങ്ങൾ

അയാളുടെ തൊണ്ടയിൽ ആഴങ്ങളിൽ നിന്ന് വല്ലാത്തൊരു വിങ്ങ ലുയർന്ന് വന്ന് തിങ്ങി. ഓടി വന്ന മകനെ കൈക്കൂട്ടിലൊതുക്കി ചേർത്ത് പിടിച്ച് ഒരു തേങ്ങലോടെ അയാൾ വാതിൽ ചാരി. ■

മേഘദൂത്

തെങ്ങിന്റെ താഴെ നിന്ന് ചാഞ്ഞും ചെരിഞ്ഞും മുകളിലേക്ക് നോക്കി പാപ്പൂട്ടി വക ഉപദേശം.

"ചേട്ടാ, ആകെ നാലെണ്ണമേ മൂത്തതൊള്ളൂ. അതിലൊരെണ്ണം ഞാങ്കൊണ്ടോവും. ബാക്കി മൂന്ന്. അയിന് അങ്ങേയറ്റം 75 രൂപാ വെല വരും. 50 രൂപ എനിക്ക് കൂലി. അത് താഴെ വീഴുമ്പൊ എടുത്താ പോരെ?"

പാപ്പൂട്ടി എക്കണോമിക്സ്.

"ഇവിടെ കൂട്ടാനരയ്ക്കാൻപോലും ഒറ്റത്തേങ്ങയില്ലെടാ. അതിനോ?"

പാപ്പൂട്ടി അവന്റെ എമ്മെയ്റ്റിക്കരികിലേക്ക് പോയി. പൊതിച്ച തേങ്ങ അഞ്ചെണ്ണം എടുത്തു കൊണ്ടുവന്നു.

"ഐശ്വര്യമായിട്ട് ഒരു നൂറിങ്ങെട്. എന്നട്ട് ഇതങ്ങ് അടുക്കളേലോട്ട് കൊട്."

ചുരുക്കത്തിൽ ഇന്നവന് തെങ്ങ് കേറാൻ മനസ്സില്ല. കയ്യിലുള്ള തേങ്ങ വിറ്റ് കിട്ടുകയും വേണം. കക്ഷിയുടെ വൃത്തിയുള്ള കൈലിയും കളർ ബനിയനും എണ്ണയിൽ മുക്കി ചീകിയൊതുക്കിയ കുരുവിക്കൂട് മുടിസ്റ്റൈലും തെങ്ങ് കേറാൻ പറ്റിയതല്ല.

"ചേട്ടൻ കാശെട്, എനിക്ക് ഊട്ടിപ്പോകാനൊള്ളതാ..." പാപ്പൂട്ടി തിരക്കുകൂട്ടി.

"ഊട്ടി."

വിസ്മൃതിയിലായ ചില ഓർമ്മത്തുണ്ടുകൾ ഇളം കാറ്റിനൊപ്പം ഒഴുകിയെത്തി. പുഴയരികിൽ മേൽ തട്ടിലെ തെങ്ങിൻതോപ്പിൽ നാല് തെങ്ങുകൾ തമ്മിൽ മുളകൊണ്ട് ബന്ധിച്ച് കവുങ്ങിൻവാരികൾ പാകിയ താൽക്കാലിക തട്ട്. ഇത് ശനി, ഞായർ ദിവസങ്ങളിൽ സജീവമാകുന്ന ഒരു അനധികൃത ഷാപ്പായി മാറും. പുഴക്കക്കരെയുള്ള ഗോപിയുടെ വക തെങ്ങുങ്കള്ളും കപ്പയും മീങ്കറിയുമാണ്

ആകർഷണം. ഒന്നോ രണ്ടോ കുപ്പി കള്ളും ഇലച്ചീന്തിൽ കറിയുമായി തോപ്പിന്റെ അതിരിൽ ഇരുന്ന് താഴെ കുണുങ്ങിയൊഴുകുന്ന പുഴയിലും പുഴക്കക്കരെ മുകളിലേക്ക് വളർന്ന മലനിരകളിലും കണ്ണുടക്കി ഒറ്റയ്ക്കു ധ്യാനത്തിലമർന്നു ചില പതിവുകാരവിടെണ്ടാവും. ഊട്ടി എന്ന പേര് മരനീരിന്റെ ഉന്മാദം കവിയാക്കിയ അവരിലൊരു അരക്കവിയുടെ സംഭാവനയാണ്. പതിയെ ആ പേരുറച്ചു പോയി.

ഒരു നിമിഷം. ഞാൻ പൊതിച്ച നാളികേരങ്ങൾ അടുക്കളപ്പടിയിൽ കൊണ്ടുവച്ച് കുപ്പായം മാറിവന്ന് സ്കൂട്ടി സ്റ്റാർട്ടാക്കി.

"വാടാ പാപ്പൂട്ടി, കേറ്."

ഞാൻ മനസ്സിൽ കണ്ടത് മരത്തിൽ കണ്ട പാപ്പൂട്ടി ഇതിനകം അവന്റെ എമ്മെയ്റ്റി ഗേറ്റിനുള്ളിലേക്ക് കയറ്റി വച്ച് പിന്നിൽ കയറാൻ റെഡിയായിരുന്നു. ചാറ്റൽമഴയുടെ നനവോടിയ നിരത്തിലൂടെ നീങ്ങിയ സ്കൂട്ടിയിലിരുന്ന് വഴിയരികിൽ ചന്ദ്രന്റെ വീടു കണ്ടു. അവന്റെ മകൾ ഇറയത്തിരുന്ന് പഠിക്കുന്നു. വീടിന്റെ കോണിൽ ഞാത്തിയിട്ട തത്തക്കൂട് മെല്ലെയാടുന്നുണ്ട്. മുറ്റത്ത് കൊത്തിപ്പെറുക്കുന്നതിനിടയിൽ തലയുയർത്തി നോക്കുന്ന കോഴികൾ.

ചെമ്മൺനിരത്തിലൂടെ ചെറിയൊരു കയറ്റം കയറി ഊട്ടിയിലെത്തി. കാശു വാങ്ങി പോക്കറ്റിലിട്ട് പാപ്പൂട്ടി അവന്റെ കൂട്ടരോടൊപ്പമെത്താൻ തിരക്കിട്ട് നടന്നു. ഇവിടെ വന്നിട്ട് നാലഞ്ചു വർഷമെങ്കിലുമായിട്ടുണ്ടാവും. വണ്ടിയൊതുക്കി ഷെഡ്ഡിനരികിലെത്തിയതും ഗോപി പരിചയം പുതുക്കി.

"സാറിനെ കണ്ടിട്ട് കുറേയായല്ലോ. ഇവിടിരിക്കുന്നോ അതോ എറമ്പിലേക്ക് പോന്നോ?"

അവന്റെ കയ്യിൽ നിന്നൊരു കുപ്പിയും ഗ്ലാസും ഇലച്ചീന്തിൽ ആവിപറക്കുന്ന ചെണ്ട മുറിയൻകപ്പയും കറിയും വാങ്ങി രണ്ടു തവണയായി അതിരിറമ്പിലെ തെങ്ങിൻചുവട്ടിൽ കൊണ്ടുവച്ച് വെട്ടിയിട്ടിരുന്ന ഓലമടൽ വലിച്ചിട്ട് ഞാനതിലിരുന്നു. ചങ്ങമ്പുഴയുടെ ഭാഷയിൽ 'വെള്ളം ചേർക്കാതെടുത്തോരമൃതിനു സമമാം നല്ലിളം കള്ള്, ചില്ലിൻവെള്ളഗ്ലാസ്സിൽ പകർന്ന്' ഒരു കവിൾ കുടിച്ചു നോക്കി. മധുരത്തോടൊപ്പം നേരിയ ഒരു ചവർപ്പ് തോന്നിയപ്പോൾ ഞാൻ തിരിഞ്ഞു നോക്കി. അത് കാത്തുനിന്നതുപോലെ ഗോപി പറഞ്ഞു.

"സാറ് നോക്കണ്ട, ഇന്ന് അതിരാവിലെ കൊച്ചപ്പൻ അളന്നതാ."

കൊച്ചപ്പനിപ്പോഴും ചെത്തുന്നുണ്ടോ എന്നതെനിക്കതിശയമായി. അന്ന് തന്നെ കൊഞ്ചു പോലെ വളഞ്ഞ കൊച്ചപ്പന് അറുപതിൽ കുറയില്ല. എന്തുമാവട്ടെ, എല്ലാ കുറവും നികത്താൻ വിരൽ വച്ചാലുടയുന്ന കപ്പയും കുടൽവരെ പുകയുന്ന എരിവുള്ള ഈ മീങ്കറിയും

മതി! അസാധ്യ കോമ്പിനേഷൻ. ഒരു കുപ്പി അടിയെത്തിയപ്പോഴേക്കും മദിപ്പിക്കുന്ന സുഗന്ധവാഹിയായ ഇളംകാറ്റൊഴുകിയെത്തി. ആകെയൊരു കുളിർമ്മ. മനസ്സിന് അപ്പൂപ്പൻതാടിയുടെ ലാഘവം. താഴെ പുഴയും അക്കരെ അടിക്കാടുകളും ഒരു മിഴിവാർന്ന ചിത്രമായി തൊട്ടു മുന്നിലേക്ക് നീങ്ങിയെത്തിയതു പോലെ.

നാലഞ്ചുകൊല്ലമെങ്കിലുമായിട്ടുണ്ടാവണം. ചന്ദ്രനുമായി ഇതേ പുഴയിറമ്പിലിരുന്ന് നീലാകാശത്തിന്റെ മേലാപ്പിനടിയിൽ നീലയോ പച്ചയോ എന്ന് തിട്ടമില്ലാത്ത മലനിരകളിൽ കണ്ണുടക്കി ധ്യാനിക്കുമ്പോഴാണ് അവന്റെ ചോദ്യമുയർന്നത്.

“എടാ, ആ ഒഴുകി നടക്കുന്ന മേഘങ്ങൾക്കാണോ തൊട്ടു താഴെയുള്ള മലനിരകൾക്കാണോ നീലപ്പ് കൂടുതൽ?”

ഞാൻ നോക്കിയപ്പോൾ ശരിയാണ്. മേലേ ഒഴുകുന്ന മേഘങ്ങൾക്ക് നിറം നീലതന്നെ. ഇളംനീലയാണെന്നേയുള്ളൂ. എന്നാൽ അവയെ തൊട്ടുരുമ്മുന്ന മലനിരകൾക്ക് ദൂരക്കാഴ്ചയിൽ പച്ചപ്പ് കലർന്ന മനോഹരമായ നീലയും.

ചന്ദ്രൻ മലയാളം വിദ്വാൻ പാസ്സായതാണ്. മരക്കമ്പനിയിലെ ക്യൂബി കണക്കുകളിൽ ശ്വാസം മുട്ടുന്ന അവനിലെ കവിയും സാഹിത്യോപാസകനും എന്റെ സാമീപ്യത്തിൽ ഈ തെങ്ങിൻതോപ്പിലെ കള്ളിൻപുറത്ത് മാത്രമാണ് ഉറക്കമുണരുക. മദ്യവും ജീവിതം പ്രതീക്ഷയ്ക്കൊപ്പം ഒഴുകാത്തതിന്റെ നിരാശയും മൂലം വിഷാദ ഛായയായിരുന്നു കുറേയായി അവന്റെ മുഖമുദ്ര. വളരെപ്പതിയെ വിഷാദരോഗത്തിന്റെ കാണാക്കയങ്ങളിലേക്ക് സ്വയം പടവുകളിറങ്ങിപ്പോയ കൂട്ടുകാരനെ കൈപിടിച്ചുയർത്താൻ ആവത് ശ്രമിച്ചതാണ്.

“നീ യക്ഷന്റെ കഥ കേട്ടിട്ടുണ്ടോ? അളകാപുരിയിൽ ഒരു തെറ്റിന് ശിക്ഷയായി നാടുകടത്തപ്പെട്ട യക്ഷൻ?” ചന്ദ്രന്റെ ചോദ്യമൊഴുകിയെത്തി.

കേട്ടിട്ടുണ്ട്. തിരുനല്ലൂരിന്റെ ‘മേഘസന്ദേശ വിവർത്തന’ത്തിന്റെ ഒരു ഭാഗം പഠിക്കാനുണ്ടായിരുന്നു. ചില വരികളിപ്പോഴും നാവിലുണ്ട്.

“അവിടെ നീ ചെന്നു കാണുമ്പൊഴോമലാൾ
ബലിയിലേർപ്പെട്ടിരിക്കുകയായിടാം.
വിരഹദൂനമാമെൻ ഛായ ഭാവനാ-
സ്ഫുരിതമായ്ക്കണ്ടു ചിത്രീകരിക്കയാം
‘പരിചിലോർക്കുമോ നീയജമാനനെ-
യരിമയല്ലി നീ നായകന്നോമനേ?’
കളമൊഴിയുമായ്ക്കൂട്ടിൽക്കഴിയുമ-
ക്കിളിയോടീവിധം ചൊല്കയാണെന്നുമാം”

വിരഹിണിയായ പ്രിയതമയ്ക്ക് മേഘങ്ങളെ ദൂതരാക്കി സന്ദേശമയയ്ക്കുന്ന ദുഃഖിതനായ യക്ഷൻ. തന്റെ പ്രിയതമയെ ദൂതൻ കണ്ടുമുട്ടിയേക്കാവുന്ന രംഗം അനന്യമായ കവിഭാവനയിൽ ചിറക് വിടർത്തുകയാണ്.

'മേഘസന്ദേശ'ത്തെ തല കുടഞ്ഞെറിഞ്ഞ് ഞാൻ വീണ്ടും മലനിരകളിലേക്ക് കണ്ണയച്ചു. ഇപ്പോൾ താഴെ പുഴയും മുകളിൽ ഗിരിശൃംഗങ്ങളും ഇളവെയിലേറ്റ് തിളങ്ങുകയാണ്. ഒരു കൊമ്പനാനയുടെ രൂപമെടുത്ത കറുത്ത മേഘക്കൂട്ടം യക്ഷന്റെ സന്ദേശം ശ്രദ്ധിച്ചെന്നോണം തുമ്പിയുയർത്തി നിശ്ചലമായി നിൽക്കുന്നു.

"സാറ് പോരുവാണോ?"

ചോദ്യം കേട്ട് സങ്കല്പലോകത്തുനിന്ന് ഞാൻ ഞെട്ടറ്റുവീണു. പാപ്പൂട്ടിയാണ്.

അവന് നേരിയ ആട്ടമുണ്ട്.

ഗോപിയുടെ കണക്ക് തീർത്ത് പാപ്പൂട്ടിയേയും കൂട്ടി സ്കൂട്ടിയിൽ തിരികെ വരുമ്പോൾ ചന്ദ്രന്റെ വീടു കണ്ടു. അവന്റെ ഭാര്യ വരാന്തയിൽ നിന്ന് വീടിന്റെ കോണിൽ തൂക്കിയിട്ട കൂട്ടിലെ തത്തയോടെന്തോ കിന്നാരം പറയുന്നു.

ചന്ദ്രന്റെ സന്ദേശവാഹകർ എത്തിക്കഴിഞ്ഞു.

■

ഇതുമൊരു ജീവിതം

വിശാലമായ ആശുപത്രി ലോഞ്ചാണ്. ഉച്ചകഴിഞ്ഞ സമയമായതു കൊണ്ട് സീറ്റുകൾ ഏറെ ഒഴിവുണ്ട്. എന്റെ നേരെ മുന്നിലെ സോഫ യിൽ ഒരമ്മയും കൈക്കുഞ്ഞും. കാഴ്ചയിൽ എന്റെ മകളേക്കാൾ ഇളയതാവാനാണ് വഴി. അതേ സോഫയുടെ ഇങ്ങേയറ്റത്ത് ഒരു ഫ്രീക്കൻ മൊബൈലുമായി സല്ലാപത്തിലാണ്. അവന്റെ മുഖത്ത് മാറിമറിയുന്ന സമ്മിശ്രഭാവങ്ങൾ കണ്ടാലറിയാം അവനേതോ രസ കരമായ കളിയിലാണ്. അമ്മയും കുഞ്ഞും അവരുടേതുമാത്രമായ ഒരു ലോകത്ത് അവരുടേതായ ഭാഷയിൽ സല്ലപിക്കുന്നു. കുഞ്ഞു മുഖത്തെ നിഷ്കളങ്ക കൊഞ്ചലുകളും മോണകാട്ടിച്ചിരിയും അമ്മ യുടെ വാത്സല്യം കുറുക്കിയെടുത്ത പുന്നാരവാക്കുകളും എന്റെ യുള്ളിൽ സുഖകരമായ കുളിർമഞ്ഞായി പെയ്തിറങ്ങുന്നുണ്ട്.

ഞാനാണെങ്കിൽ കയ്യിലുള്ള ആഴ്ചപ്പതിപ്പ് വായിച്ചു കഴിഞ്ഞു. രണ്ടു മണിക്കെത്താമെന്ന് പറഞ്ഞ മകനെ രണ്ടരയായിട്ടും കാണാ നില്ല. വൈറ്റിലയിൽനിന്ന് ഈ ട്രാഫിക്കിൽ വണ്ടിയോടിച്ച് എപ്പോൾ ഈ ലിസി ഹോസ്പിറ്റലിലെത്തുമെന്ന് തീരുമാനിക്കാൻ ദൈവ ത്തിനുപോലും കഴിയാത്ത രീതിയിലായിട്ടുണ്ട് മഹാനഗരത്തിലെ കുരുക്കുകൾ എന്ന ബോധ്യമുള്ളതുകൊണ്ട് ഞാൻ പോർച്ചിലേക്ക് കണ്ണുംനട്ട് കാത്തിരിക്കുകയാണ്.

ഇതിനിടയിൽ എന്റെ അരികിൽ വേറൊരു കൂട്ടർ വന്നിരിപ്പായി. ഒരു വൃദ്ധനും മദ്ധ്യവയസ്സു പിന്നിടുന്ന മകനുമാണവർ. അച്ഛനെ ശ്രദ്ധാപൂർവ്വം എന്റെ അരികിലിരുത്തി മകൻ നിരനിരയായ കൗണ്ട റുകൾ ലക്ഷ്യമാക്കി നടന്നു. വൃദ്ധനാകട്ടെ, എന്നെ നോക്കി ചിരപരി ചിത ഭാവത്തിൽ ഒന്ന് ചിരിച്ച് ഒരു തുടക്കമിട്ടു.

"മോനാണ്. എന്നെ ഡോട്ടറെ കാണിക്കാൻ കൊണ്ടന്നതാ."

ഫ്രീക്കനും യുവതിയും തലയുയർത്തി ഞങ്ങളെയൊന്നു നോക്കി. തികച്ചും ഗ്രാമീണ പശ്ചാത്തലമുള്ള വൃദ്ധർക്ക് നഗര ത്തിലെ കപടഗൗരവചരായ കലർന്ന പെരുമാറ്റവും നിസ്സംഗഭാവവും

ചിട്ടകളും അന്യമായിരിക്കും. അവർ മനുഷ്യരോടിടപെടുന്നത് സഹജാവഭാവത്തോടെ അപരിചിതത്വമെന്ന തടസ്സമോ മുഖംമൂടികളോ ഇല്ലാതെയാണ്. തികച്ചും ഗ്രാമീണനായ എനിക്ക് അതുകൊണ്ട് ആ ചോദ്യത്തിൽ അസ്വഭാവികതയൊന്നും തോന്നിയില്ല.

"എന്താ ചേട്ടന് അസുഖം?" ഞാൻ ചോദിച്ചു. ഇത്തരം ചോദ്യങ്ങൾ പഴമനസ്സുകളെ അലോസരപ്പെടുത്തുകയല്ല, സന്തോഷിപ്പിക്കുകയാണ് ചെയ്യുകയെന്നെനിക്ക് അനുഭവം കൊണ്ടറിയാം.

"നെഞ്ഞത്തൊരു വെലക്കം. ഇതിപ്പോ രണ്ടു മൂന്നു തവണയായി. വല്യ സൂക്കേടായിരിക്ക്യോ?" വൃദ്ധൻ നെഞ്ചിൽ ചൂണ്ടുവിരൽ കൊണ്ട് അടയാളപ്പെടുത്തി പറഞ്ഞു. ആ സ്വരത്തിൽ ഉത്കണ്ഠയുടെ ഒരു വലിച്ചിലുണ്ട്.

"ഏയ് അതൊന്നുമില്ലെന്നേ, ഇതൊക്കെ വല്ല വായു വെലങ്ങുന്നതായിരിക്കും."

ഞാൻ നിസ്സാരമായി പറഞ്ഞ് ആ ചുളിവേറ്റിയ കരങ്ങൾ കവർന്നു. തൊട്ടുകാണിച്ച സ്ഥലം അത്ര പന്തിയല്ല. ഇനി വരാൻ പോകുന്ന ചെക്കപ്പിൽ അത് ഹൃദയസംബന്ധമായ അസുഖമാണെന്ന് തെളിഞ്ഞാൽ കൂടി, ആ സമയംവരെ ആ പഴമനസ്സ് ശാന്തമായിരിക്കട്ടെ എന്നു ഞാൻ കരുതി.

അമ്മയുടെ കൈക്കൂടിന്റെ സുരക്ഷിതത്വത്തിൽ കുഞ്ഞുസ്വപ്നങ്ങളുമായി ഉറക്കമായിരുന്ന കുഞ്ഞ് ഇതിനിടയിൽ ഉണർന്നു കരയാൻ തുടങ്ങി. തന്നാലാവുന്ന വിധമൊക്കെ കരച്ചിലടക്കാൻ അമ്മക്കുട്ടി ശ്രമിക്കുന്നുണ്ട്. പക്ഷേ അവൻ (അതോ അവളോ) കണ്ണുകളിറുക്കി വാവിട്ടു കരയുകയാണ്. ശബ്ദം കേട്ട് ഫ്രീക്കൻ യുദ്ധക്കളത്തിൽ നിന്ന് പിൻവാങ്ങി അവരെയൊന്നു നോക്കി വീണ്ടും മൊബൈൽ സ്ക്രീനിലേക്ക് മടങ്ങി. കുഞ്ഞിന്റെ കരച്ചിൽ അനുസ്യൂതമായി തുടരുകയാണ്. കുഞ്ഞിളംചുണ്ടുകൾ വരണ്ടിരിക്കുന്നു. മൂന്നു പേരക്കുട്ടികളുടെ വളർച്ച നിത്യവും കണ്ടുകൊണ്ടിരിക്കുന്ന എനിക്ക് അത് അമ്മിഞ്ഞ കിട്ടാനുള്ള കരച്ചിലാണെന്ന് പെട്ടെന്ന് പിടികിട്ടി. ഒരമ്മയോടതു പറഞ്ഞു കൊടുക്കേണ്ട കാര്യമില്ല. തൊട്ടപ്പുറത്തെ സെറ്റിയിലിരിക്കുന്ന മദ്ധ്യവയസ്സു പിന്നിട്ട സ്ത്രീയെങ്കിലും അതു പറയുമെന്ന് ഞാനാശിച്ചു. അവരാകട്ടെ, കരച്ചിലിൽ അസഹ്യത ആവോളം പുറത്തു കാട്ടി എഴുന്നേറ്റ് പോകുകയാണ് ചെയ്തത്. യുവതിയാണെങ്കിൽ ആശങ്ക നിറഞ്ഞ മിഴികൾ ചുറ്റും ചടുലമായി പായിച്ച് രാരിരോ പാടി കുഞ്ഞിനെ ശാന്തനാക്കാൻ പെടാപ്പാടുപെടുന്നു. പെട്ടെന്ന് എന്റെയരികിൽ നിന്ന് ശാസനാസ്വരമുയർന്നു.

"പിള്ളയ്ക്ക് മൊല കൊടുക്ക് കൊച്ചേ."

വൃദ്ധനായിരുന്നു അത്. അദ്ദേഹം യുവതിക്കു നേരെ ചൂണ്ടിയ കൈകൾ താഴ്ത്തി ആരോടെന്നില്ലാതെ ക്ഷുഭിതനായി തുടർന്നു.

“കൊച്ച് ഇത്രേം കെടന്ന് കാറണ കണ്ടാല് തള്ളയ്ക്കറിയാൻ മേലേ?”

ഇത്രയും ചോദിക്കാൻ എനിക്കുണ്ടായ സങ്കോചം അദ്ദേഹത്തിനുണ്ടാവാത്തത് കൈതവമില്ലാത്ത മനശ്ശുദ്ധികൊണ്ടാണ്. എനിക്ക് ആത്മനിന്ദ തോന്നി.

ഇപ്രാവശ്യം സങ്കോചമെല്ലാം വെടിഞ്ഞ് എന്തോ തീരുമാനിച്ചുറച്ചതു പോലെ അവൾ കുഞ്ഞിന് മുലകൊടുക്കാൻ തയ്യാറെടുക്കുന്നതു കണ്ട് ഞാൻ അവൾക്ക് പിന്നിലെ സെറ്റിയിലേക്ക് മാറിയിരുന്നു, ഇത്ര വലിയ ആശുപത്രിയിൽ ഒരു ഫീഡിംഗ് റൂം വേണ്ടതാണ്. കുഞ്ഞിന്റെ കരച്ചിൽ നേർത്തുനേർത്തു വന്നു. അവനിപ്പോൾ അമ്മയുടെ അമൃതം നുണയുകയാവും. ഇടംകൈ കൊണ്ട് അമ്മയുടെ ലോക്കറ്റോ സാരിത്തുമ്പോ തെരുപ്പിടിച്ച് കുഞ്ഞിളം ചോരിവായ് കൊണ്ട് അമ്മിഞ്ഞ വലിച്ചുകുടിക്കുന്ന കുഞ്ഞിന്റെ മുഖമാണ് ഈ ലോകത്തെ അത്യന്തം സുന്ദരമായ കാഴ്ചയെന്നോർത്തപ്പോൾ മനസ്സിന്റെ പിരിമുറുക്കമയഞ്ഞ് ഞാനും മിഴികളടച്ചു.

ഒരു പരുക്കൻസ്വരം കേട്ടാണ് ഞാൻ ഞെട്ടിയുണർന്നത്. ആജാനുബാഹുവായ ഒരു രാക്ഷസരൂപി അത്ര പതുക്കെയല്ലാതെ അവൾക്കു നേരെ വിരൽ ചൂണ്ടി അമറുന്നു.

“ഭ! നാട്ടുകാരെ മുഴോൻ കാണിക്കണം അല്ലേടീ...”

ഞെട്ടിത്തരിച്ച്, പിടഞ്ഞെണീറ്റ് പുലിക്ക് മുന്നിലെ മാൻപേട പോലെ ഭയന്നു വിറച്ച് അവൾ വിക്കി വിക്കി പറയാൻ ശ്രമിക്കുന്നുണ്ട്.

“മോൻ ദാഹിച്ചു കരഞ്ഞപ്പോ...”

“വണ്ടിക്കേറിട്ട് പൊലിഞ്ഞാപ്പോരാല്ലേടി?” ദൂരെ പൊരിവെയിലിൽ കാർ പാർക്കിംഗിൽ കിടന്ന ഒരു വലിയ കാർ ചൂണ്ടി അയാൾ വീണ്ടും അമറി.

ചുറ്റുമൊന്ന് നോക്കി ആ രാക്ഷസൻ തുടർന്നു. “ഇഷ്ടംപോലെ ആൾക്കാരുമൊണ്ടല്ലോ കാഴ്ച കാണാൻ.”

ആരാണീ കാഴ്ചക്കാർ? കൗമാരം കടക്കാത്ത ഫ്രീക്കനും പിന്നെ അവളുടെ മുത്തച്ഛനാകാൻ പ്രായമുള്ള നമ്മുടെ വയോവൃദ്ധനും.

ഞാനാ പെൺകുട്ടിയെ നോക്കി. ഭയവും ആശങ്കയും അപമാനവും പേറി സജലങ്ങളായ മിഴികൾ പ്രതീക്ഷിച്ചിടത്ത് ഒരു വരണ്ട നിർവ്വികാരഭാവമാണ്. ഇതുപോലെ ഏറെ ദുരനുഭവങ്ങൾ ഏറ്റുവാങ്ങി

മരവിച്ച മനസ്സിന്റെ പ്രതിഫലനമാകാം. പക്ഷേ ആ കുഞ്ഞു മുഖം. അപ്രതീക്ഷിതമായി മുലക്കണ്ണുകളിൽനിന്ന് പറിച്ചെടുത്ത കുഞ്ഞിളം ചുണ്ടു പിളർത്തി, കണ്ണുകൾ ഇറുക്കിയടച്ച് ഉറക്കക്കരയുന്ന ആ കുഞ്ഞുമുഖം എന്റെ ഉൾത്തടത്തിലെവിടെയൊക്കെയോ കൊളുത്തി വലിക്കുന്നുണ്ട്.

അറപ്പും വെറുപ്പും അമർഷവും തിളയ്ക്കുന്ന പല ജോടി കണ്ണുകൾക്ക് ശരവ്യനായിട്ടും ആ കാട്ടാളൻ അവളുടെ കൈ പിടിച്ച് വലിച്ച് പറയുന്നു. "ചെന്ന് വണ്ടേയ്യ കേറടി, ഇപ്പ കുടിച്ചില്ലെന്നു വച്ച് അത് ചത്തൊന്നും പോവൂലാ."

ആരേയും നോക്കാതെ അപ്പോഴേക്കും ഘനീഭവിച്ച ദുഃഖമുരുകി കണ്ണീർത്തടാകമായ മിഴികൾ തുടച്ച് ആ പെൺകുട്ടി കാറിനടുത്തേക്ക് അടിവച്ച് നീങ്ങുന്നതു കണ്ട്, അവളൊന്ന് തിരിഞ്ഞു നോക്കരുതേ എന്ന് പ്രാർത്ഥിച്ച്, ഞാൻ മിഴികൾ പറിച്ചെടുത്ത് തിരക്കൊഴിഞ്ഞ കൗണ്ടറുകളിലേക്ക് നോക്കി.

"യെവനൊക്കെ മൻഷ്യനാണോ? പൊലയാടി മോൻ."

തൊട്ടടുത്ത് ഉയർന്ന ശബ്ദം എന്നെ ഞെട്ടിച്ചു കളഞ്ഞു. അത് ആ വൃദ്ധന്റേതായിരുന്നു. രാക്ഷസനത് കേട്ടെന്നു വ്യക്തം. കാരണം അയാൾ പെട്ടെന്ന് നിന്ന് തിരിഞ്ഞു വൃദ്ധനെ ദഹിപ്പിക്കും വിധമൊന്ന് നോക്കി. പിന്നീട് ഒരു വീണ്ടുവിചാരത്തിൽ പിന്തിരിഞ്ഞ് തന്റെ വേട്ടമൃഗത്തെ കാറിനടുത്തേക്ക് തെളിക്കാൻ തുടങ്ങി. ഒടുവിൽ കാറിന്റെ വാതിലുകൾ വലിച്ചടച്ച് മുന്നോട്ടെടുത്തതു കണ്ട് ഞാൻ വൃദ്ധനെ നോക്കി.

പ്രകാശം കുറഞ്ഞ എന്നാൽ ആത്മരോഷത്തിന്റെ കനലുകൾ ചെഞ്ചായം പൂശിയ ആ കണ്ണുകളെ നേരിടാനാവാതെ ഞാൻ ശിരസ്സു കുനിച്ചു.

നഗരജീവിതത്തിന്റെ നിർമ്മമത തൊട്ടു തീണ്ടാത്ത ഭയലേശമില്ലാത്ത ധാർമ്മികരോഷത്തിന്റെ തനി നാടനും സ്വാഭാവികവുമായ ഉജ്ജ്വല പ്രതികരണം എന്നെ അദ്ദേഹത്തിനു മുന്നിൽ കടുകുമണിയോളം ചെറുതാക്കുന്നത് ഞാനറിയുന്നുണ്ടായിരുന്നു.

■

ബേബിച്ചൻ

"**അ**പ്പൊ, വരണ ഞായറിന് വയ്യീട്ടഞ്ചിന് കോൽഞ്ചേരി സ്റ്റാന്റീ കാണാടാ."

ഇതും പറഞ്ഞ് എമ്മെയ്റ്റി ഇരമ്പിച്ചു പോയ ബേബിച്ചനെ കാണാൻ വെള്ളിയാഴ്ച തന്നെ ഞാൻ പോയിരുന്നു. കിടന്നുറങ്ങുന്നത് പോലെയെന്നൊക്കെ ആരോ പറയുന്നുണ്ടായിരുന്നു. ഏതായാലും ബൈബിൾവചനങ്ങളും കുന്തുരുക്കപ്പുകയും തേങ്ങലുകളും കെട്ടു പിണഞ്ഞ ഹാളിലേക്ക് ഞാൻ കയറിയില്ല. മോളിപ്പെണ്ണ് നെഞ്ചത്ത് വീണു കിടന്ന് 'ഇച്ചായാ... ന്ന്' ചങ്കുപൊട്ടി വിളിച്ചിട്ടും അവൻ കണ്ണു തുറന്ന് നോക്കിയില്ല. പിന്നല്ലേ എന്നെ നോക്കുന്നു?

ആളുകൾ ചെറുസംഘങ്ങളായി നിന്ന് സംസാരിക്കുന്നുണ്ട്. തീരെ ചെറിയ രണ്ടോ മൂന്നോ കുട്ടികൾ നിരത്തിയ കസേരകൾക്കു ചുറ്റും ഓടിക്കളിക്കുന്നു. ഒരു മൗഢ്യം എന്നെ വന്ന് പൊതിഞ്ഞിരിക്കുന്നു. ചുറ്റുമുയരുന്ന ശബ്ദവീചികൾ ഏറെയകലെ നിന്നെന്നവണ്ണം കാതിൽ വന്നു വീഴുന്നുണ്ട്. ഞാനാ മുറ്റം വിട്ട് ചരട് പൊട്ടിയ പട്ടം പോലെ അവിടവിടെ അലഞ്ഞു നടന്നു. പതുക്കോളിലെ മോട്ടർ പുരയുടെ മുകളിൽ, വായനശാലത്തിണ്ണയിൽ, തങ്കച്ചന്റെ ചായക്കടയിൽ, സൊസൈറ്റിയുടെ വളക്കടയിൽ അങ്ങനെ അവനെ കാണാറുള്ളിടത്താക്കെ. പള്ളിയിലേക്ക് തിരക്കിട്ടു നടക്കുന്നവരിൽ ചിലർ വരുന്നില്ലേന്ന് ചോദിക്കുന്നുണ്ടായിരുന്നു. നടന്നുനടന്ന് പള്ളിയുടെ പിൻമുറ്റത്ത് കിളിച്ചുണ്ടന്റെ ചോട്ടിലെത്തി നിന്നു. താഴെ കുഴിമാടങ്ങൾക്ക് മുകളിലുയർന്ന അസംഖ്യം കുരിശുകൾ. ചിലതിൽ മാർബിൾ പതിച്ച കുരിശുകൾ. മറ്റു ചിലവയിൽ വാടിയ പൂക്കൾ, പാതി കത്തിയ മെഴുകുതിരികൾ. ഈ ആത്മവിദ്യാലയത്തിൽ പോലും കാണിക്കുന്ന വലിപ്പച്ചെറുപ്പം കണ്ട് ആ സമയത്തുപോലും എനിക്ക് ചിരി വന്നു.

യാത്രയാവുന്നവരുടെ തിരക്കുകൊണ്ട് ഇപ്പോൾ പെട്ടി കയറു കെട്ടി ഇറക്കുകയൊന്നും വേണ്ട. രണ്ടുപേർ ഇറങ്ങിനിന്ന് വാങ്ങി

വയ്ക്കും. ഒരു പിടി മണ്ണ് വാരിയിടാനും ഞാനിറങ്ങിച്ചെന്നില്ല. വാക്ക് വ്യത്യാസം ചെയ്തവനോട് എനിക്ക് കെറുവാണ്.

പണ്ടേ അവനിങ്ങനായിരുന്നു. സെക്കന്റ് ഷോയ്ക്ക് പോവാൻ എട്ടരയ്ക്ക് കവലയ്ക്കെ കാണാന്ന് പറയും കൊട്ടകേന്ന് ഈശോ മറിയം ഓസ്സേപ്പേന്ന് കോളാമ്പിപ്പാട്ട് ഇരുളും തുളച്ച് വന്നാലും അവനെ കാണൂലാ...

വീട്ടിച്ചെന്നാ കെണ്ടിങ്കരേന്ന് "ദാ വന്നെടാ, ഒന്ന് മേല് വെള്ളാ ഴിക്കട്ടെ" എന്നു വിളിച്ചു പറയും. കൂടെ ഒലർച്ചയും.

"ടോർച്ചടിച്ചാ കൊല്ലും ഞാൻ..."

എറേത്തിരുന്ന് അടയ്ക്ക പൊളിക്കണ അവന്റെ അപ്പന്റെ കണ്ണി പ്പെടാതെ ഇല്ലിപ്പടിക്കെ കാത്ത് നിക്കും. കണ്ടാലതു മതി അങ്ങേ രുടെ നീതിമാനായ ചെറുക്കനെ വഷളാക്കുന്നെന്ന് പറഞ്ഞ് തൊടങ്ങും. അവനിറങ്ങാൻ നേരം തള്ളേടെ കോറസ്സ് കേൾക്കാം. "കഞ്ഞി കുടിച്ചേച്ച് പോടാ ചെർക്കാ..."

അവനെ കണ്ണു പൊട്ടെ ചീത്തവിളിച്ചും ഓടിയും നടന്നും വേവലാതി പിടിച്ച് ഓലകൊട്ടകയുടെ പനമ്പ് വാതിൽ തുറന്നു ചെന്നാ കാണാം. നസീറും ഉമ്മറും ഢിഷ്യും ഢിഷ്യും... ചാരുബെഞ്ചിൽ അടുത്തിരുന്ന കാർന്നോർ ബീഡി ഒന്നാഞ്ഞു വലിച്ചു വിവരം പറയും.

"ഉമ്മറ് ജയഭാരതീടെ കൈക്ക് കേറി പിടിച്ചെന്നേ, അവനത് ചെയ്യാൻ കൊള്ളാവോ?"

ഒരു കാര്യത്തിനും അവൻ സമയത്തും കാലത്തുമെത്തുകേലാ. പി.എസ്.സി ടെസ്റ്റിന് കുറുപ്പുംപടിക്ക് പോകാൻ ഏഴേ കാലിന്റെ മഡോണ ബസ്സിന് കേറാൻ പള്ളിത്താഴത്ത് അവനെ കണ്ടില്ല. വീട്ടി പ്പോയി നോക്കാൻ നേരമില്ലാത്തോണ്ട് ഞാൻ തന്നെ കേറിപ്പോയി. ടെസ്റ്റെളുപ്പായിരുന്നു. പൊത്തകം തൊറന്ന് നോക്കൂല്ലേലും വായന ശാലേല് രാത്രിയിൽ ഒരുമിച്ചിരുന്ന് പടിക്കുമ്പൊ എല്ലാത്തിനും കിളിപോലെ അവനുത്തരം പറയും. പക്ഷേ ചോദ്യപേപ്പറ് കിട്ട്യാ ആധി ചുഴലിയായി വീശിയടിച്ച് ഉത്തരങ്ങളെവിടേക്കോ പറന്നുപോം. എനിക്കിതിന് വിതീല്ലടാ എന്ന് പറയുമ്പോ ഞാനവന്റെ മൊകത്ത് നോക്കാറില്ല. വൈകിട്ട് കവലേ വച്ച് കണ്ടപ്പോ അവൻ പറയുവാ.

"ഇന്നലെ രാത്രീല് നല്ല മഴയല്ലാർന്നോടാ. കുംഭത്തില് മഴ കിട്ട്യാ പിറ്റേ ദെവസം കപ്പക്കോല് കുത്തണോന്ന് അപ്പന് ഒരേയൊരു നിർപ്പന്തം."

അതുകൊണ്ടാണ് പി.എസ്.സി ടെസ്റ്റിന് വരാത്തതെന്ന ജാമ്യം. ഞാനവനെ അവന്റെ വഴിക്ക് വിട്ടു. അങ്ങനെയവൻ രണ്ടേക്കറിൽ

കപ്പേം ചേനേം ഇഞ്ചീം മഞ്ഞളും നട്ടു വളർത്തി. അടയ്ക്ക ഒണക്കി പൊളിച്ച് ചാക്കിലാക്കി വെല കേറുമ്പം വിറ്റു. തേങ്ങ മടലോടെ കൊടുക്കാതെ പൊളിച്ച് വെയിലത്തു വച്ച് ആട്ടിച്ച് വെളിച്ചെണ്ണയാക്കി കൊടുത്തു. ചെരട്ടേം ചകിരിം വേറേം വിറ്റു. കൊളപ്പുഞ്ചയിൽ അയ്യാറെട്ടും ജയയും ഇട്ടിക്കണ്ടപ്പനും വിതച്ച് കൊയ്തുണക്കിപ്പാറ്റി സൂക്ഷിച്ചു വച്ചു കുത്തിച്ച് അരിയാക്കി വിറ്റു. മുപ്പത് സെന്റ് ഭൂസ്വത്തുള്ള ഞാൻ ടെസ്റ്റ് പാസ്സായി തർക്കാരുത്ത്യോകത്തനായി. ഞാൻ ഫെഡറൽ ബാങ്കിന്ന് ലോണെടുത്തും അവൻ അടയ്ക്കേം ഇഞ്ചീം തേങ്ങേം വിറ്റ കാശ് സൂക്ഷിച്ച് വച്ചും വീട് പണിതു. കയ്യിനോട്ടയുള്ള അവന്റെ ധനകാര്യം മോളിപ്പെണ്ണേറ്റെടുത്തോണ്ടതു നടന്നു. വീട്ടിലോ പുറത്തോ ഇത് തമ്മയിക്കൂലെങ്കിലും 'ഒന്നര ത്രിഗുണൻ' അകത്താവുന്ന ഞങ്ങടെ സ്വകാര്യ നിമിഷങ്ങളിൽ അവനത് തല കുലുക്കി സമ്മതിക്കും.

"അവളില്ലേൽ ഒന്നും നടക്കൂലടാ."

അവന്റെ മോളിപ്പെണ്ണും പറയുവാരുന്നു. "ചേട്ടാ, ഞാൻ വീട്ടിപ്പോവാ, നാളെ അപ്പച്ചന്റെ ഓർമ്മ ദെവസാ, കാലത്ത് ബേബിച്ചായനെ ഒന്ന് പറഞ്ഞ് വിട്ടേക്കണോ ട്ടോ..."

രാവിലെ കുത്തിയെണീപ്പിച്ച് ഓർമ്മിപ്പിച്ചാലും റബറ് വെട്ടിയിട്ടേച്ച് പാടത്ത് പോയി ചാഴിക്ക് മരുന്നടിച്ച്, തിരിയെ വന്ന് പാലെടുത്ത് ഒറയൊഴിച്ച് ഷീറ്റടിച്ച് പെരുമ്മുഴി തോട്ടിലൊരു കാക്കക്കുളി കുളിച്ച് എമ്മെയ്റ്റില് മൂപ്പിച്ച് ചെല്ലുമ്പഴേക്കും അവളും വീട്ടുകാരും പള്ളീക്കഴിഞ്ഞ് വീട്ടിൽ ഉച്ചയൂണിനെത്തിക്കാണും.

"ഇല്ലോളം താമയ്ച്ചാലും ചോറുണ്ണാനിങ്ങെത്തിയല്ലോ" എന്ന അളിയന്റെ മൊന വച്ച വർത്താനം കേട്ടെന്ന് ഭാവിക്കാതെ അവനെറങ്ങിപ്പോരും.

"ഈ മീനച്ചൂടത്ത് വറത്തു നിക്കണ തെങ്ങിനിത്ര വെള്ളം തേവാൻ ചത്തുപോയ അവൾടപ്പൻ വരുവോടാ?"

ചോദ്യം വൈകീട്ട് ഒന്നര 'ഓൾഡ് മോങ്കും' മോന്തീട്ടെന്നോടാണ്. മോളിപ്പെണ്ണിനോടാണെങ്കിൽ അവൻ വിവരമറിയും.

ആകാശത്ത് സന്ധ്യ ചെഞ്ചായം പൂശുന്ന പണിത്തിരക്കിലാണ്. താഴെ ശ്മശാനത്തിനപ്പുറത്തെ വളഞ്ഞുപുളഞ്ഞ റോഡരികിലെ കെട്ടിടങ്ങളും പോയോടം കുരിശും മരക്കൂട്ടങ്ങൾക്കപ്പുറം അകലെ കാണുന്ന കുന്നുകളും സ്വർണ്ണപ്രഭയാർന്ന് ഒരു ചാരുതയാർന്ന നിശ്ചലദൃശ്യമായി മാറി. ആ മതിൽക്കെട്ടിലിരുന്ന് പരശ്ശതം തവണ സൂര്യന് കീഴെയുള്ളതെല്ലാം ചർച്ചചെയ്ത്, സങ്കടങ്ങളും നിരാശയും സന്തോഷവും പങ്കിട്ടവനാണ് ഒരു വാക്ക് പറയാതെ ഇവിടെയീ ആറടി മണ്ണിലുറങ്ങാൻ പോയത്.

“എടാ ബേബീ, നീ എന്നും വൈകിയല്ലേടാ ഇറങ്ങാറ്?” തൊണ്ടയിൽ കുരുങ്ങിയ ചോദ്യം മുഴുവനാക്കാനാവാതെ ഞാൻ ഉയരങ്ങളിലെ കുരിശിൽ മിഴി നട്ട് നിന്നു.

കൂനകൂട്ടിയ കുഴിമാടത്തിനരികിൽ നിന്ന് ആളുകൾ പിരിഞ്ഞു തുടങ്ങി. വലതു കയ്യാൽ അമ്മയെ താങ്ങി കുഞ്ഞുബേബി പടവുകൾ കയറി വരുന്നുണ്ട്. പടിഞ്ഞാറൻ മാനത്തെ കാറപ്പാടെ മിഴികളിലേറ്റിയ മോളിയെ ഞാൻ ഒന്നേ നോക്കിയുള്ളൂ. താഴെ എൻ. എച്ചിലൂടെ ഒഴുകുന്ന വാഹനങ്ങളിലേക്ക് മിഴികൾ പറിച്ചു നട്ട് എപ്പോഴുമെന്ന പോലെ ഞാൻ സങ്കടങ്ങൾക്ക് പുറംതിരിഞ്ഞു നിന്നു. എന്റെ പിന്നിൽ തിമർത്തു പെയ്യാനൊരുങ്ങുന്ന കണ്ണീർമഴയുടെ ആരവം ഞാൻ നെഞ്ചിലറിയുന്നുണ്ട്.

അമ്മയെ കാറിൽ കയറ്റിവിട്ട് അരികിലെത്തിയ കുഞ്ഞുബേബി എന്റെ കൈകൾ ചേർത്തുപിടിച്ചു. അവനെ ചുമലുകളിൽ പിടിച്ച് ഞാൻ നെഞ്ചോട് ചേർത്തു. ഭാഷകൾക്കതീതമായ സാന്ത്വന സ്പർശത്താൽ അനാഗതശ്മശ്രുവിന് ചേരാത്ത ഗൗരവം വാരിയണിഞ്ഞ മുഖം ആർദ്രമാവുന്നു. മിഴികളീറനാകുന്നു. പെട്ടെന്ന് സ്വയാർജ്ജിതമായ കർത്തവ്യബോധം തൊട്ടുണർത്തിയെന്നോണം അവൻ പറഞ്ഞു.

“ഇവിടെയെല്ലാം കഴിഞ്ഞു. ചേട്ടനിവിടെ നിക്ക്. കാല് പാടില്ലാത്തതല്ലേ. ഇവിടത്തെ എടവാട് തീർത്തേച്ച് ഞാൻ വീട്ടിക്കൊണ്ട് വിടാം. ഒരു പത്ത് മിനുട്ട്.”

തിരിഞ്ഞു നടക്കുന്ന അവന്റെ പിൻഭാഗം നോക്കി നിന്നു. അതേ കൊട്ടുവടിത്തല, മുള്ളൻ മുടി. കഴുത്ത് ലേശം ചായ്ച്ചുള്ള നടത്തം. എന്റെ ബേബിച്ചന്റെ തത്സ്വരൂപം.

ആളൊഴിഞ്ഞ സെമിത്തേരിയിലേക്ക് ഒന്നു കൂടി നോക്കി ഞാൻ ബേബിച്ചനോട് പറഞ്ഞു.

“ഇനി നമുക്കവിടെ കാണാടാ... എന്നും നിന്നെ ഞാനല്ലേ കാത്ത് നിൽക്കാറ്? ഇത്തവണ നീ നിക്ക്.”

മരണത്തിനെന്നും രംഗബോധമില്ലാത്ത പഴയ ആ കോമാളി വേഷം തന്നെ.

പത്ത് മിനുട്ടെന്നത് ഇരുപതും കഴിഞ്ഞ് മുപ്പതിലേക്ക് നീളുന്നു. കുഞ്ഞുബേബിയെ കാണുന്നില്ല. ഞാൻ വെള്ളാരംകല്ലുകൾ വിരിച്ച പള്ളിയുടെ മുന്നിലെത്തി. കുരിശ് വരച്ച് സാവധാനം പടവുകളിറങ്ങുമ്പോൾ, കരിമേഘക്കൂട്ടത്തെ വകഞ്ഞു മാറ്റിയെത്തിയ വെൺമേഘത്തുണ്ടു പോലെ എന്റെ ചുണ്ടിൽ ഒരു കുസൃതിച്ചിരി വിരിഞ്ഞു.

ഇവൻ എന്റെ ബേബിച്ചന്റെ മോൻ. മത്ത കുത്തിയാൽ... ■

സ്കൂൾതുറപ്പ്

അക്കാലത്ത് വീട്ടിൽ ഒരു കാലൻകുടയുണ്ട്. മടക്കി നിലത്ത് കുത്തി നിർത്തിയാൽ ഒത്ത ഒരാളുയരം. മരക്കാലും മരം കൊണ്ടു പിടിക്കു പകരം വളഞ്ഞ അഗ്രവുമുള്ള വളഞ്ഞ കാലൻ കുട. പിന്നിലെ കാൽ നിലത്ത് കുത്തി ചില്ലറ അഭ്യാസം വേണം കുട നിവർത്താൻ. കുതിര ഞെക്കി കുട മടക്കുമ്പോൾ ചിലപ്പോൾ വിരലിലെ തൊലി ഇടയിൽ ഞെരിയും. നക്ഷത്രങ്ങളെണ്ണി നോക്കാനും പൊന്നീച്ചകളെ കാണാനുമുള്ള അസുലഭ നിമിഷങ്ങളാണത്. മഴക്കാലത്ത് മരക്കാൽ വെള്ളം കുടിച്ച് തടിച്ച് ചിലപ്പോൾ ഒറ്റയ്ക്ക് നിവർത്താന്നും പറ്റാതെയാകും.

ഒരു വീട്ടിൽ നിന്ന് മൂന്നു കുട്ടികൾക്ക് ഒറ്റക്കുട. സാമ്പത്തികാസൂത്രണ മികവ്.

കൂട്ടുകാർ 'ദേടാ, കാലൻ കൊട വരണേയ്' എന്നാർത്തു വിളിക്കുമ്പോൾ കണ്ണു നിറയും. കുട കറക്കി വെള്ളം തെറിപ്പിച്ച് ഈർഷ്യ തീർത്ത് ഈ പണ്ടാരക്കുട ഒടിഞ്ഞു പോണേയെന്നു മുട്ടിപ്പായി പ്രാർത്ഥിക്കും.

അംഗീകൃത കുട ഡോക്ടർ വേലു 'ഇനിയിത് നന്നാക്കാനൊക്കൂലാ ചേട്ടാ' എന്ന് പറഞ്ഞ് ആയുധം താഴെ വച്ചപ്പോൾ കുടയ്ക്കും ഞങ്ങൾക്കും ശാപമോക്ഷമായി.

കാലൻകുട പിന്നേയും സേവനം തുടർന്നു. ഉണങ്ങാൻ പനമ്പിൽ നിരത്തിയ നെല്ല് കൊത്താൻ, ഒളികണ്ണിട്ട് വരുന്ന കാക്കയെ ഓടിക്കാൻ, ഞങ്ങൾക്ക് സാങ്കൽപ്പിക കോടതിയിൽ വക്കീൽ വേഷം കെട്ടാൻ, പിന്നെ പശു പെറ്റപ്പോൾ കുഞ്ഞിക്കിടാവിന് തണുപ്പടിക്കാതെ സപ്രമഞ്ചമൊരുക്കാൻ. ഏറ്റവുമൊടുവിൽ കിണറ്റിൽ കാൽ വഴുതി വീണ് ഞങ്ങളോട് എന്നന്നേക്കുമായി വിട പറഞ്ഞ അഞ്ചാം ക്ലാസുകാരി ശ്യാമളയെ കാണാൻ പോകാൻ ഉടുപ്പിൽ ബാഡ്ജു കുത്താൻ.

വരിവരിയായി കുഞ്ഞാടുകൾ റോഡിലൂടെ മൗനജാഥയായി നടന്ന് ശ്യാമളയുടെ ഓലപ്പുരയുടെ മുന്നിലെത്തി നിന്നു. ഒന്നടങ്ങിയ അലമുറ വീണ്ടുമുയർന്നു.

"നെന്റെ കൂട്ടാര് വന്നേക്കണെടീ, കണ്ണു തൊറക്കെടി, ഹെന്റെ പൊന്നുമോളേ..."

ശ്യാമളയുടെ അമ്മ നിലത്ത് കാൽ നീട്ടിയിരുന്ന് നെഞ്ചു പൊട്ടി വിളിച്ചു. അവളുടെ അച്ഛൻ മുറ്റത്ത് മണ്ണിൽ ചടഞ്ഞിരുന്ന് അവളുടെ അനിയൻകുട്ടിയെ ഒരു കൈകൊണ്ട് ചേർത്തു പിടിച്ച് വരുന്നവർക്ക് നേരെ മറുകൈ നീട്ടി വിതുമ്പി.

അകത്തെ ഇരുട്ടിലും പുറത്ത് വരാന്തയിലും കൂട്ടംകൂടി കരഞ്ഞ പെണ്ണുങ്ങൾക്കിടയിൽ ചാണകം മെഴുകിയ വെറും നിലത്ത് ഒരു നീല പെറ്റിക്കോട്ടണിഞ്ഞ് ശ്യാമള കിടന്നു. ചിതറിയ മുടിയിഴകൾക്ക് നടുവിൽ മിഴികൾ പൂട്ടി വിളറിയ ചന്ദ്രക്കലപോലെ അവളുടെ അചേതനമുഖം.

നാരായണൻ സാർ ഗദ്ഗദകണ്ഠനായി പറഞ്ഞു തുടങ്ങി.

"നമ്മുടെ ശ്യാമള നമ്മളെയെല്ലാം എന്നന്നേക്കുമായി വിട്ടു പിരിഞ്ഞു..." സാറിന് പൂർത്തിയാക്കാൻ കഴിയും മുമ്പേ ഉച്ചത്തിൽ അലമുറ വീണ്ടുമുയർന്നു.

"ഹെന്റെ പൊന്നുമോളേ..."

"**ആ**ഹാ, നാരായണേട്ടൻ നേർത്തെയെത്തിയല്ലോ. വരൂ ഓഫീസിലിരിക്കാം."

ഹെഡ്മിസ്ട്രസ് ടീച്ചറുടെ ശബ്ദമാണ് ചിന്തയിൽ നിന്നുണർത്തിയത്. 7B ക്ലാസിലെ പിൻബെഞ്ചിൽ ചിന്തയിലാണ്ടിരുന്ന ഞാൻ ടീച്ചറുടെ പിന്നാലെ നടന്നു. 7A, 6B, 6A, 5B, 5A ചോക്കുകൊണ്ടെഴുതിയ പല വാതിലുകൾ കടന്ന് ഓഫീസ്.

ഒരു സമുദായ സംഘടനയുടെ സ്കൂൾ കിറ്റുകൾ സ്കൂളിലെത്തിക്കാനാണ് ഞാൻ വന്നത്. കിറ്റുകൾ എണ്ണിയേൽപ്പിച്ച് പോകാനൊരുങ്ങിയപ്പോൾ ടീച്ചർ നിർബ്ബന്ധമായി പറഞ്ഞു.

"അയ്യോ, അങ്ങനെ പോകല്ലേ, പ്രവേശനോത്സവ പരിപാടിയുണ്ട്. അവിടെ വച്ച് കിറ്റ് നാരായണേട്ടൻ തന്നെ കൊടുക്കണം."

"അതൊന്നും വേണ്ട ടീച്ചറെ, ആ കുട്ടികളെ സ്റ്റേജിൽ വിളിച്ച് നിർദ്ധനർ, നിർദ്ധനർ എന്ന് വിളിച്ചു കൂവണ്ട. ഇതു ദാനമല്ല. അവരുടെ അവകാശമാണ്. കിറ്റുകൾ അവരുടെ കൈകളിലെത്തിയാൽ മതി."

"ശരി, അതു വേണ്ടെന്നു വയ്ക്കാം. പക്ഷേ മീറ്റിംഗ് വേണം. ഘോഷയാത്ര വേണം. മെംബറും പി.ടി.എ പ്രസിഡന്റുമൊക്കെ ഇപ്പോഴെത്തും. കുട്ടികൾക്ക് നിങ്ങളുടെയെല്ലാം അനുഗ്രഹം വേണം.

അനുഗ്രഹം! അതും എന്റെ! എനിക്ക് ഉള്ളാലെ ചിരി വന്നു. ഇപ്പോൾ കടന്നു വന്ന ക്ലാസുകളിൽ നിന്നെല്ലാം പല കാരണങ്ങളാൽ ഇറക്കിവിട്ട്, പുറത്ത് നിൽക്കുന്നത് ശീലമാക്കിയിരുന്ന എന്റെ

അനുഗ്രഹം! ജോറായി അന്നമ്മടീച്ചറും നന്ദിനിടീച്ചറും നാരായണ സാറും പൗലോസ്സാറുമൊക്കെ ഇതു കേട്ടാൽ പരലോകത്തി ലിരുന്ന് ചിരിച്ചു വശം കെടും!

ഒരു നീല ആക്ടിവ ഗെയ്റ്റ് കടന്നു വന്ന് വരാന്തയ്ക്കരികിൽ നിന്നു. പി.ടി.എ പ്രസിഡന്റ് വന്നു. ടീച്ചർ പരിചയപ്പെടുത്തി, പേര് സുരേന്ദ്രൻ.

"എനിക്ക് ചേട്ടനെ അറിയാം." അവൻ പറഞ്ഞു.

ഓലമേഞ്ഞ വീടിനു മുന്നിൽ വെറും നിലത്ത് അച്ഛന്റെ കൈക്കൂ ട്ടിൽ നിറകണ്ണുകളോടെ പകച്ചിരുന്ന ബാലൻ മുതിർന്ന പുരുഷ നായി എന്റെ മുന്നിൽ നിവർന്നുനിന്ന് നിറഞ്ഞ് ചിരിച്ചു. അവനെ കരവലയത്തിലൊതുക്കി ഞാൻ പറഞ്ഞു.

"എനിക്കറിയാം." ശ്യാമളയുടെ അനിയൻ. അവനും കുഞ്ഞേ ച്ചിയെപ്പറ്റി പറഞ്ഞു. അന്നത്തെ രണ്ടാംക്ലാസുകാരന്റെ മിഴികൾ നിറഞ്ഞ് തൂവുമെന്ന് തോന്നി.

ആശംസയർപ്പിക്കാനായി എഴുന്നേറ്റപ്പോൾ ആകാംക്ഷയും കുസൃതിയും സന്തോഷവും തുടിക്കുന്ന കുറേ നിഷ്കളങ്ക കുഞ്ഞു മുഖങ്ങൾക്ക് മുന്നിൽ നിർന്നിമേഷനായി. പിന്നെ സാവധാനം അവ രുടെ ഇടയിലേക്കിറങ്ങി.

"എന്റെ കുഞ്ഞു മക്കളേ..."

ഞങ്ങളുടെ സ്കൂൾ ദിനങ്ങളെ കുറിച്ച് പറഞ്ഞു. സമൂഹത്തിലെ ഏറ്റവും താഴെ തട്ടിലുള്ളവനെ തന്നോട് ചേർത്തു നിർത്തുമ്പോ ഴാണ് നമ്മൾ വലിയവരാവുന്നതെന്നു പറഞ്ഞു. നന്നായി കളിച്ചു വളരണമെന്ന് പറഞ്ഞു. ഞങ്ങളൊക്കെ പഠിച്ച ഞങ്ങളുടെ മക്കൾ പഠിച്ച ഈ സ്കൂളും പരിസരവും വെടിപ്പായി സൂക്ഷിക്കണമെന്നു പറഞ്ഞു. കൂട്ടത്തിലുള്ളവരെ സ്നേഹിക്കണമെന്നും സഹായിക്കണ മെന്നും പറഞ്ഞു. അച്ഛനമ്മമാരെയും ടീച്ചറമ്മാരേയും സ്നേഹിക്ക ണമെന്നും അനുസരിക്കണമെന്നും ബഹുമാനിക്കണമെന്നു പറഞ്ഞു. നുണ പറയരുതെന്നു പറഞ്ഞു. പ്രാർത്ഥിക്കണമെന്നു പറഞ്ഞു. ചിലരെ കയ്യിലെടുത്തു. ലേശം മുതിർന്നവരെ ചേർത്തു നിർത്തി.

ചായയും ബിസ്ക്കറ്റും നല്ല ഞാലിപ്പൂവൻ പഴവും കഴിച്ച് ഇറ ങ്ങാൻ നേരം ആരവങ്ങളോടെ മഴയെത്തി. ടീച്ചർ പറഞ്ഞു.

"നാരായണേട്ടൻ പിള്ളേരോട് പഠിക്കണമെന്നു മാത്രം പറഞ്ഞില്ല."

"അക്കാദമിക് മികവാണ് വിദ്യാലയത്തിന്റെ മികവ്."

മറ്റൊരദ്ധ്യാപകൻ കൂട്ടിച്ചേർത്തു.

അതു പറയാൻ നിങ്ങളൊക്കെയില്ലേ ടീച്ചറേ എന്ന് പറഞ്ഞ് ചാറ്റൽമഴയിലേക്ക് ഞാനിറങ്ങി.

കാലൻ കുടപോലുമില്ലാതെ! ■

വിശപ്പിന്റെ സംവാദങ്ങൾ

അമ്മ പറയാറുണ്ട്. വിശപ്പറിയാൻ, പെറ്റ പെണ്ണിന്റെ അവശതയറിയാൻ, ബിയ്യേക്കാരനാവേണ്ടന്ന്.

പണ്ട്, പണ്ടെന്ന് വച്ചാൽ മുപ്പത്തഞ്ചു വർഷമായിക്കാണും. അമ്മ എന്നെ ഒറ്റയ്ക്കാക്കിപ്പോയിട്ട് തന്നെ വർഷം 22 കഴിഞ്ഞു. ഒരവധി ദിവസം. കള്ളകർക്കടകത്തിലും വെയിൽകുംഭത്തിലെ പ്രതാപം കാട്ടിയ ദിവസം. മുറ്റത്തിനപ്പുറം മുളമ്പടി ഗെയ്റ്റിനു പിന്നിൽ നിന്നൊരു ശബ്ദം.

"അമ്മാ..."

'ഒരു ദേശത്തിന്റെ കഥ'യിലെ കള്ളുഷാപ്പ് പിക്കറ്റു ചെയ്യുന്ന കുഞ്ഞാപ്പുവിനെ ഷാപ്പിനു മുന്നിൽ വിട്ട് മനസ്സില്ലാമനസ്സോടെ ഞാൻ തലയുയർത്തി നോക്കിയപ്പോൾ ഒരു സ്ത്രീയാണ്. മെലിഞ്ഞുണങ്ങിയ ദേഹം. മുഷിഞ്ഞുമുഷിഞ്ഞ വേഷം, അവശതയും അലച്ചിലും പാടുകൾ വീഴ്ത്തിയ മുഖം, ഒക്കത്തൊരു കുഞ്ഞ്. അവന്റെ കുഞ്ഞു മുഖത്തും വല്ലാത്ത വാട്ടം. ഞാനെഴുന്നേറ്റ് ചെല്ലും മുമ്പേ സാക്ഷാൽ അമ്മമഹാറാണി മുറ്റത്ത് പ്രത്യക്ഷപ്പെട്ടു.

"ആരാ..."

അമ്മയെ കണ്ടതും അവർ മുളമ്പടി കടന്ന് മുറ്റത്ത് കയറി വന്നു. ഉച്ചവെയിലിന്റെ ശൗര്യത്തെ ചെറുക്കാനാവും അമ്മ നെറ്റിയിൽ കൈപ്പടം വിലങ്ങനെ വച്ച് അവരെ സൂക്ഷിച്ച് നോക്കുന്നു. പിന്നെ ചോദ്യവും പറച്ചിലുമൊന്നുമുണ്ടായില്ല. അമ്മ തിണ്ടിമ്മേൽ ആയാസപ്പെട്ട് കയറിനിന്ന് പാളേങ്കൊടൻ വാഴയുടെ ചാഞ്ഞു നിന്ന കൈ എത്തിപ്പിടിച്ച് കീറ്റില കിറിയെടുക്കുന്നത് കണ്ടു. പിന്നെ, ചോറ് വന്നു, മോരൊഴിച്ച കൂട്ടാനും മാങ്ങാക്കറിയും ചുട്ടപ്പടവും വന്നു. കൈ കഴുകാൻ പോലും മിനക്കെടാതെ അവർ ഇറയത്തിരുന്നു ശാപ്പിടാൻ തുടങ്ങി. ഒരു കുഞ്ഞുരുള വിരലുകൾ കൊണ്ട് ഞെക്കി പിള്ളയുടെ ചോരിവായിലേക്ക്. തുടർന്ന് രണ്ടുരുള തള്ളയുടെ വായിലേക്ക്. പക്ഷേ ആ കുഞ്ഞിനത് കഴിക്കാറായിട്ടില്ലെന്നെന്റെ

മനസ്സു പറഞ്ഞു. പകുതിയും അവൻ തുപ്പുകയാണ്. ആ സ്ത്രീയാ കട്ടെ വല്ലാത്തൊരു പരവേശത്തോടെ, ആർത്തിയോടെ വാരി വാരി ഉണ്ണുകയാണ്. അത് കണ്ട് കൃതകൃത്യയായി നിൽക്കുന്ന അമ്മ. ഭക്ഷണം കഴിഞ്ഞ് ഇലയെടുത്ത് കളഞ്ഞ് കൈ കഴുകി വന്ന് അവർ അമ്മയെ നോക്കി ചിരിച്ചു. ഒരു നിറകൺചിരി.

അവിടെയിരുന്നു തന്നെ അവൾ കുഞ്ഞിന് മുല കൊടുത്തു. ഇടയ്ക്കവൻ തല തിരിച്ച് ചുണ്ടിൽ പാൽപ്പതയുമായി ഇഞ്ചി മുള പോലുള്ള പാൽപ്പല്ലുകൾ തെളിഞ്ഞ തൊണ്ണു കാട്ടിച്ചിരിച്ചു. ഇത്ര മനോഹരമായ പുഞ്ചിരി ഞാനെന്റെ ജീവിതത്തിൽ കണ്ടിട്ടില്ല.

ആ സ്ത്രീ അമ്മയെ നോക്കി എന്തൊക്കെയോ പറയുന്നുണ്ട്. പക്ഷേ ഏതോ ഭാഷയിൽ. ഒരക്ഷരം പോലും തിരിയുന്നില്ലെന്ന് ഇരുവർക്കും തിരിഞ്ഞപ്പോൾ ആംഗ്യഭാഷയിലായി ആശയവിനിമയം. പിന്നീട് അകത്ത് കയറിപ്പോയ അമ്മ വന്നത് കുറച്ച് പഴയ തുണികളുമായാണ്. അവയ്ക്കിടയിൽ പഴയതാണെങ്കിലും എനിക്കിഷ്ടപ്പെട്ട ഷർട്ട് കണ്ട് ഞാനൊന്നെഴുന്നേറ്റതാണ്. പക്ഷേ, ആ ഇന്ദിരാഗാന്ധിയുടെയടുത്ത് പറഞ്ഞിട്ടും കാര്യമില്ലെന്നറിയാവുന്നതു കൊണ്ട് തിരിച്ച് കസേരയിലിരുന്ന് ഞാൻ ജനാല വഴി നിരീക്ഷണം തുടർന്നു. ഒടുവിൽ ഒരു കടലാസ്പൊതിയിൽ രണ്ടുമൂന്ന് ഉണ്ണിയപ്പവും ചുവപ്പു പിടിച്ച ഒരു പടല ഞാലിപ്പൂവനും കൂടി അകത്തു നിന്നെത്തി. എല്ലാം ഭാണ്ഡത്തിലാക്കി അമ്മയെ നോക്കി പറയാനുള്ളതെല്ലാം ഒരു നിറകൺചിരിയിലൊതുക്കി അവർ തിരിഞ്ഞു നോക്കി തിരിഞ്ഞു നോക്കി പടി കടന്നു പോകുന്നു. മുന്നോട്ട് നടക്കുന്ന അമ്മയുടെ ഒക്കത്തിരുന്ന് പിന്നിലേക്ക് നോക്കുന്ന കുഞ്ഞനു നേരെ ഞാൻ കൈ വീശിക്കാണിച്ചു. അതാ, വീണ്ടുമാ ചാരുതയാർന്ന ഇഞ്ചിമുളച്ചിരി. ചെമ്മൺനിരത്തിലെ ഇല്ലിത്തുറുവിനപ്പുറം അവർ മറയുന്നതുവരെ അമ്മ നോക്കി നിൽക്കുന്നുണ്ടായിരുന്നു.

ഈ അതിവിശാല ഭൂമിയിൽ വ്യത്യസ്ത ദിക്കുകളിൽ ജനിച്ച് വ്യത്യസ്ത സംസ്ക്കാരവും നിയോഗവുമായി വളർന്ന രണ്ടു ജീവിതങ്ങളെ ഇവിടെ ഈ ഇത്തിരി സമയം പരസ്പരം ബന്ധിച്ച മാനവികതയുടെ, സ്നേഹപാശത്തെക്കുറിച്ച് ചിന്തിച്ച് കുറച്ചേറെ നേരം ഞാനിരുന്നു പോയി. 'അതിരാണിപ്പാടത്തെ ശ്രീധരനും കുഞ്ഞാപ്പുവും' ലേശം വിശ്രമിക്കട്ടെ.

അടയാളത്തിനായി വായിച്ച പേജിന്റെ മൂല മടക്കി പുസ്തകമടച്ചുവച്ച് ഞാനമ്മയുടെ ചാരത്ത് ചെന്നിരുന്നു. മൂപ്പത്യാരുടെ മുഖത്തത്ര വോൾട്ടേജ് പോരാ. ഒരാലോചനാഭാവം. എന്റെ സാമീപ്യമറിഞ്ഞ് ചുമലിൽ കൈവച്ച് അമ്മയുടെ ചോദ്യമെത്തി.

"നീയതിനെ കണ്ടോ?"

"പിന്നെ, കാണാതെ?"

തുടർന്ന് വിശദീകരണം. അതങ്ങനെയാണ്. ഇനി ചോദ്യവും ഉത്തരവും അമ്മയുടേതുതന്നെയാവും. എനിക്ക് ശ്രോതാവിന്റെ പണിയേയുള്ളൂ.

"അയിന്റെ മൊഖത്ത് നോക്ക്യാലറിയാം അന്നം കണ്ടട്ട് രണ്ടീസേങ്കിലായീന്ന്."

"മൊല കൊടക്കണതല്ലേ, വെശപ്പ് സഹിക്കൂലാ..."

"കേറിക്കെടക്കാൻ ഒരെടോല്ല."

"ഭർത്താവ് കഴുവേറി ഒപേക്ഷിച്ച് പോയതാ."

"അപ്പിം മൂത്രോവായിട്ട് എത്ര തുണിയുണ്ടായാലാ, അതും ഈ തിരിമുറിയാണ്ട് മഴ പെയ്യുമ്പൊ." (അതാണ് തുണികൾ കൊടുത്തതെന്ന് സാരം)

അപ്പോഴെനിക്കൊരു സംശയം. ഒരു വയസ്സുപോലുമാകാത്ത ആ കുഞ്ഞിന് ഉണ്ണിയപ്പം തിന്നാറായോ? അതും ഞാൻ വൈകീട്ടത്തെ ചായയ്ക്ക് കൂട്ടാവാൻ കണ്ടു വച്ച എള്ളും ഏലയ്ക്കാപ്പെട്ടിയും ചേർത്ത അമ്മയുടെ സ്പെഷൽ ഉണ്ണിയപ്പം.

"അയിന് വയറ്റിലിണ്ടെടാ. എന്തേലും തിന്നാൻ കൊതീണ്ടാവും."

"കാലമാടൻ! അവൻ ഗതി പിടിക്കൂലാ."

ഈ 'അനുഗ്രഹവചസ്സുകൾ' രണ്ടാമതും 'വയറ്റിലാക്കി കൊടുത്ത്' പൊടിയും തട്ടിപ്പോയ ഭർത്താവ് 'കഴുവേറിക്കു'ള്ളതാണ്. ഞാൻ ചിരി കടിച്ചമർത്തി.

"ചിരിച്ചോ, ചിരിച്ചോ, അയിന്റെ ദണ്ണം അയിനറിയാം, പോത്തുപോലെ വളർന്നുന്നല്ലാതെ വല്ലതുമറിയാമോ നെനക്ക്?"

ഇത് അമ്മയോടൊപ്പം 'ആ ദണ്ണം' ഉൾക്കൊള്ളാൻ കഴിയാതെ ചിരിച്ച എനിക്കുള്ളതാണ്. ഞാനെങ്ങനെയറിയും? ഞാനമ്മേടെ, ശരീരത്തിന്റെ അനുപാതത്തിൽ മനസ്സ് വളരാത്ത പോത്തുംകുട്ടിയല്ലേ?

ഇതാണമ്മ പറഞ്ഞത് പെണ്ണിന്റെ അവശതയറിയാൻ പെറ്റ വയറിന്റെ പതമറിയാൻ ബിയ്യേക്കാരനാവണ്ട. കൊടുംവേനലും വരൾച്ചയും താണ്ടിയെത്തിയ ജീവിതപാഠങ്ങൾ മതി എന്ന്.

എനിക്കും ബിയ്യേക്കാരനും എമ്മേക്കാരനുമാവണ്ട. അമ്മയുടെ പോത്തുങ്കുട്ടിയായാൽ മതി.

ഞാൻ പതിയെ അമ്മയുടെ മടിയിലേക്ക് ശിരസ്സ് ചായ്ച്ചു. ചുളിവുകളോടിയ ആ കരവലയം എന്നെ വന്നു പൊതിഞ്ഞു. അവിടെ ഞാൻ സുരക്ഷിതനായിരുന്നു. ■

വൈതരണി കടന്നുപോയ അമ്മ

നിങ്ങളിപ്പോൾ നനഞ്ഞ ആകാശത്തിലൂടെ പറക്കുന്ന ഒരു പക്ഷിയെ കാണുന്നില്ലേ? അത് ഞാനാണ്. അമ്മയെ കാണാനുള്ള യാത്ര യാണ്. ദൂരം കുറേയേറെ ഇനിയുമുണ്ട്. ഉദയസൂര്യന്റെ സുഖകര മായ ചൂട് വെയിലിന് വഴിമാറിക്കൊണ്ടിരിക്കുന്നു. വെയിൽ കടുക്കും മുമ്പ് നീലവാനത്തിന്റെ അതിരുകൾ കടന്നേ പറ്റൂ.

ഇന്ദ്രനീലപ്പുതപ്പണിഞ്ഞ പർവ്വതനിരകളുടെ പശ്ചാത്തലത്തിൽ ഉച്ചവെയിലേറ്റ് തിളങ്ങുന്ന മിനാരങ്ങളും പിന്നിട്ട് രാജവീഥിയോ രത്തെ മാമ്പൂഗന്ധമുള്ള മുറ്റത്തെത്തിയപ്പോൾ ഉമ്മറത്ത് അമ്മ കൈയില്ലാത്ത ചുറ്റിക കൊണ്ട് ഉമിയിൽ പൂഴ്ത്തിയിട്ടിരുന്ന ഉണ ങ്ങിയ ചക്കക്കുരു ചതയ്ക്കുകയാണ്. ആയാസത്തോടെ ചുറ്റിക ഉയർ ത്തുന്ന കൈത്തണ്ടയിലെ ചുളിവ് വീണ ചർമ്മത്തിന് കുഴമ്പ് തേച്ച തിന്റെ മിനുപ്പുണ്ട്. വാസനിച്ചു നോക്കിയാൽ പതിവുപോലെ കുഴമ്പി ന്റേയും 'ലൈ ബോയ്' സോപ്പിന്റേയും സമ്മിശ്രഗന്ധവുമുണ്ടാവും.

"ങ്ങാ നി വന്നോ. ഞാനേയ് കൂട്ടാൻ വയ്ക്കാൻ അഞ്ചാറ് ചക്ക ക്കുരു ചതച്ചെടുക്കാന്ന് വിജാരിച്ചു." എന്റെ വരവ് പ്രതിക്ഷിച്ചിരു ന്നതുപോലെ മിഴികളുയർത്താതെ അമ്മ പറഞ്ഞു.

"മാങ്ങ കിട്ടിയോമ്മേ?" ചതച്ച ചക്കുക്കുരുവിന്റെ പോള അതീവ ശ്രദ്ധയോടെ അടർത്തിക്കൊണ്ട് ഞാൻ ചോദിച്ചു. പോള തൊണ്ട യിൽ കുരുങ്ങിയാലത്തെ വെപ്രാളം എനിക്കറിയാം.

"ഒരു പുറം വാടീടെ മൂന്നാലെണ്ണം കിട്ടി. ആ സുകു എറിഞ്ഞു വീഴ്ത്തിയതാ. നിന്റത്രേം പറ്റില്ല. നീയ് മത്തായി മാപ്ളേടെ എത്ര മാങ്ങ്യാ കൊഴുകൊണ്ടെറിഞ്ഞു വീഴ്ത്താറ്."

ശരിയാണ്. അമ്മയ്ക്ക് മുമ്പേ പോയവനാണ് സുകു. വെറും കല്ല് കൊണ്ട് മാങ്ങയെറിഞ്ഞു വീഴ്ത്തുന്നതിൽ അഗ്രഗണ്യൻ. എനി ക്കൊപ്പം അമ്മയുടെ ഉരുള വാങ്ങിത്തിന്നാറുള്ള അവൻ അമ്മയെ വിട്ടെവിടെ പോകാൻ?

"നെന്നെക്കണ്ടാൽ നിക്കെന്റെ സുകൂനെ കാണണ പോല്യായി" എന്ന് പറഞ്ഞ് എക്ഷുങ്കുട്ടിയമ്മ ദുർബലകരങ്ങളാൽ എന്നെ ചുറ്റിപ്പിടിച്ച് ചേർത്തിരുത്തി ശിരസ്സും ദേഹവും തലോടിയത് ഈയിടെയാണ്. എന്റെ പുറംകയ്യിൽ വീണ ആയമ്മയുടെ മിഴിനിർത്തുള്ളികളുടെ പൊള്ളിക്കുന്ന ചൂടോർമ്മയുണ്ട്. പാതയോരത്തെ നിരനിരയായ വൃക്ഷത്തലപ്പുകൾക്കപ്പുറം കാണാവുന്ന വെൺമിനാരങ്ങളിൽ ദൃഷ്ടിയൂന്നി ഞാനിരുന്നു.

"പുളി പോരാമ്മേ." ഒരു കഷ്ണം ചെനച്ച മാങ്ങ ചെത്തിയെടുത്ത് ചെന ഉള്ളംകയ്യാൽ തുടച്ച് ചവച്ചുകൊണ്ട് ഞാൻ പറഞ്ഞു.

"അച്ഛന് ഈ പുളി മതി. ലേശം മൊരൊഴിച്ച് വയ്ക്കാം. മുരിങ്ങാക്കോലിണ്ടാർന്നെങ്കിൽ നന്നായേനേ."

"ലേശം പരിപ്പിട്ട് വച്ചാമതിയമ്മേ, തൈര് കൂട്ടിയുണ്ണാം." ഞാൻ കൊതിയോടെ പറഞ്ഞു.

"ചേനേടെ അഞ്ചാറ് കണക്ക്ണ്ട്. പിന്നെ രണ്ടു നേന്ത്രക്കായേം. ഒരു മെഴുക്കെരട്ട്യൂടി വയ്ക്കാം."

"കടുമാങ്ങേണ്ടോ മ്മേ?" ഞാൻ ചോദിച്ചു.

"കഴിഞ്ഞൊണ്ടത്തെയാണ്. മാങ്ങയ്ക്ക് മുങ്ങിത്തപ്പണ്ട്യേരും. ന്നാലും വെള്ളോണ്ടാവും."

കടുമാങ്ങയും തൈരും കൊണ്ടാട്ടംമുളകും മെഴുക്കുപുരട്ടിയും കൂട്ടി രണ്ടാമത് വിളമ്പിയത് ഉണ്ണുന്നതോർത്തപ്പോൾ എന്റെ വായിൽ വഞ്ചിയിറക്കാമെന്നായി?

"ഇവടെ വെശ്പ്പും ദാഹോന്നൂല്ലെങ്കിലും യ്ക്ക് ഒന്നും കാലാക്കാണ്ട് വയ്യ."

അമ്മ ചക്കക്കുരുവിന്റെ പോളയുടെ പൊട്ടും പൊടിയും തൂർത്തുകൂട്ടി ദൂരെക്കെറിഞ്ഞ്, നന്നാക്കിയ മാങ്ങയും കുരുവും കൊണ്ട് അകത്തേക്ക് പോയി. കുറച്ചു കഴിഞ്ഞപ്പോൾ പരിപ്പും മാങ്ങയും വെന്ത സുഗന്ധം കാറ്റിന്റെ കൈപിടിച്ചെത്തി.

"ന്നാ ഞാൻ പോട്ടേമ്മേ?" കൈ കുത്തി ആയാസപ്പെട്ട് എഴുന്നേറ്റ് ഞാൻ ചോദിച്ചു.

ഇതെന്റെ സ്ഥിരം പരിപാടിയാണ്. അമ്മ ആഹാരം കഴിക്കാൻ വിളിക്കുമ്പോൾ ഒരു ജാട കാണിക്കൽ. അമ്മ നിർബ്ബന്ധിക്കണം. അതിനാണ്.

"നെന്റെ മുട്ടുവേദന കൊറവില്ലാല്ലേ? അതെങ്ങ്ന്യാ? കാല് വെന്ത നായേപ്പോലെ സദാ ഓട്ടല്ലേ?"

സ്നേഹാർദ്ര മിഴികളിൽ നിന്നുതിർന്ന ഒരു തുള്ളി കണ്ണീർ ചുളിവോടിയ കവിളിൽ തെല്ലിട വഴിമുട്ടി നിൽക്കുന്നു. ആഴങ്ങളിൽ

തിരയടിച്ചുയരുന്ന സങ്കടത്തിരകളെ ഒരിറ്റ് കണ്ണീരിലേക്ക് കുറുക്കുന്ന ജാലവിദ്യ അമ്മ പണ്ടേ ശീലിച്ചതാണ്.

"ഒരുരുള കഴിച്ചിട്ട് പൊക്കോ. വയറ് കായണ്ട." അമ്മ കൂട്ടാന്റെ അടിയും കടുമാങ്ങയും കൂട്ടി ഉരുട്ടി ഒരുരുള എന്റെ വായിലേക്ക് നീട്ടി. വായിൽ കൊള്ളാവുന്നതിലും വലിയ ഉരുള. പണ്ട് സ്കൂൾ വിട്ട് വരുമ്പോൾ ഉച്ചയ്ക്കലത്തെ കൂട്ടാന്റെ അടിയും മെഴുക്കുപുരട്ടി അടീൽ പിടിച്ചതും കടുമാങ്ങത്തുള്ളികളും രണ്ടിറ്റ് വെളിച്ചെണ്ണ ഇറ്റിച്ചതും ചേർത്ത് കുഴച്ച് വാടിയ ഇലക്കീറിൽ കാത്തിരിക്കാറുള്ള രസമുകുളങ്ങളെ വിരുന്നൂട്ടുന്ന അമൃത്. അതും കഴിച്ച് കുലുക്കുഴിഞ്ഞ് അമ്മയുടെ മുണ്ടിന്റെ കോന്തല കൊണ്ട് മുഖവും നിറഞ്ഞ മിഴികളും ഒപ്പിയെടുക്കുമ്പോൾ അമ്മ പറഞ്ഞു.

"ആ പുൽപ്പായേടുത്ത് വിരിച്ച് ഇത്തിരി കെടന്നോ. ന്റെ കുട്ടി പരവശായി."

അമ്മയുടെ മടിയിൽ തലവച്ച് ഇത്തിരി കിടക്കാനൊരു മോഹം തോന്നി. മുടിയിഴകളിൽ ഇഴയുന്ന വിരൽസ്പർശമേറ്റ് അമ്മയുടെ പയ്യാരം പറച്ചിൽ കേൾക്കാനും. പക്ഷേ വെയിൽ ചാഞ്ഞു തുടങ്ങി. കാതങ്ങൾ പറന്ന് നീലവാനത്തിന്റെ അതിരുകൾ താണ്ടി വന്യമായ കാടുകളും ഇടനാടും തീരപ്രദേശങ്ങളും കടന്ന് എനിക്കെന്റെ കൊച്ചുകൂട്ടിലെത്തണം. ചിറകൊതുക്കി ഇത്തിരി ഇരുന്ന് അമ്മരുചിയെക്കുറിച്ച് കുട്ടികളോട് പറയണം.

ഞാൻ ചിറകുകൾ സജ്ജമാക്കി ആയമെടുത്ത് ഉയർന്ന് പൊങ്ങുമ്പോൾ തിണ്ണയിൽ കൈകളൂന്നി അമ്മ നോക്കി നിൽക്കുന്നുണ്ടായിരുന്നു. ദുഃഖസാഗരം കുറുക്കിയെടുത്ത ഒരു മിഴിനീർത്തുള്ളി കൂടി കാണാനാകാതെ ഞാൻ ചിറകുകൾ പാതിവിടർത്തി അനന്തവിഹായസ്സിലേക്കു പറന്നുയർന്നു. അതെ, എനിക്ക് അനേകം യോജനകൾ താണ്ടേണ്ടതുണ്ട്.

■

കർക്കടകം ഒന്ന്

ഈയിടെയായി അതിരാവിലെ തന്നെ നിദ്രയുടെ പുതപ്പ് നീങ്ങി ബോധമണ്ഡലത്തിലേക്കുണരും. അബോധമനസ്സിൽ കണ്ട കിനാവുകൾ ഇഴ ചേർക്കാനൊരു വിഫലശ്രമമാണ് ഇനിയുള്ള കുറച്ചു നിമിഷങ്ങൾ. ഇന്നും ഉണർന്നയുടൻ പതിവൊന്നും മുടക്കിയില്ല. കിനാവുകൾ ഓർത്തെടുത്തു തുന്നിച്ചേർക്കാനുള്ള ശ്രമങ്ങളൊക്കെ പതിവുപോലെ പരാജയപ്പെട്ടു. ഇരുകൈകളും നിവർത്തി ലക്ഷ്മി സരസ്വതി പാർവ്വതിമാരെയും ഗണപതിയെ സ്മരിച്ചു. ജാലകവിരികൾ വകഞ്ഞു മാറ്റിയപ്പോൾ പുറത്തെ ശീതക്കാറ്റിനൊപ്പം മഴയുടെ ആരവങ്ങളും അകത്തേക്കിരച്ചു കയറി.

"ഇന്ന് കർക്കടകം ഒന്ന്. നീരാട്ട് അമ്പലക്കുളത്തിലാണ്. ഹീറ്റർ ഓണാക്കേണ്ട."

ഭാര്യ അവിശ്വസനീയമായതെന്തോ കേട്ടപോലെ എന്നെ പകച്ചു നോക്കുന്നു.

"പുറത്തേക്ക് നോക്കീട്ടാണോ പറേണത്?"

"മഴ പെയ്യുന്നതല്ലേ? കർക്കടകത്തിൽ പിന്നെ മഴ പെയ്യൂല്ലേ?" എന്റെ എതിർ ചോദ്യം.

"പ്രായം പതിനാറല്ല." സ്വരത്തിലെ ഒരു താക്കീതിന്റെ കനം ഞാൻ തിരിച്ചറിഞ്ഞു.

"അറിയാം. കർക്കടകത്തിലെ അശ്വതി നാളിൽ 65 തികയും." നിസ്സംഗനായി ഞാൻ.

"ഇവിടെ ചെലോർക്ക് ഒരു വിജാരംണ്ട്. ഭാര്യമാര് പറഞ്ഞാ കേക്കരുത്. കേക്കരുതന്നെല്ലാ പറ്റ്വങ്കി പറഞ്ഞേനെതിരു ചിയ്യേം വേണം."

അങ്ങനെയങ്ങനെ പുറത്തേ മഴ അകത്തും ചാറാൻ തുടങ്ങിയത് അവഗണിച്ച് 'ചെലോര്' സോപ്പുപെട്ടിയും തോർത്തുമായി മഴയിലേക്കിറങ്ങി.

“കുളീം തേവാരോം കഴിഞ്ഞ് വൈന്നേരാവുമ്പഴത്തേക്കും അവിടേമിവിടേം വേദന്യാ. അയ്യോ, പാവോന്നും പറഞ്ഞു വന്നാൽ തിരിഞ്ഞു നോക്കൂല്ലാ. ഞാൻ പറഞ്ഞേക്കാം.”

ശീതക്കാറ്റിന്റെ കൈ പിടിച്ചെത്തിയ അന്ത്യശാസനത്തിന്റെ ഭീഷണിയണിഞ്ഞ ശകാരശീലുകളെ ബധിരകർണ്ണങ്ങളാൽ നേരിട്ട് കുളം ലക്ഷ്യമാക്കി നടന്നു. ഹല്ല പിന്നെ.

വിശാലമായ അമ്പലക്കുളം വിജനമാണ്. അസംഖ്യം നീർച്ചാലുകളായി ഒഴുകിയെത്തിയ ജലം കുളം നിറഞ്ഞു കവിഞ്ഞ് താഴെ പാടത്തേക്ക് ഒഴുകുകയാണ്. ആദ്യ കൽപ്പടവിൽ കാൽ വച്ചതേ പെരുവിരൽ മുതൽ ഒരു കുളിരല ശിരസ്സുവരെ പാഞ്ഞെത്തി. പരൽമീനുകൾ കണങ്കാലുകളിൽ മുട്ടിയുരുമ്മി കുശലം ചോദിക്കുന്നു. അഞ്ചു വയസ്സു മുതൽ നീന്തിത്തുടിച്ചു മദിച്ചു കളിച്ച ജലാശയമാണിത്. മാസങ്ങളും വർഷങ്ങളും സമയരഥമേറി പിന്നാക്കം പാഞ്ഞപ്പോൾ പണ്ടത്തെ പതിനെട്ടുകാരനെ കണ്ണീർസമാനമായ ജലസമൃദ്ധി ഏറ്റുവാങ്ങി. അക്കരെവരെ ആയാസപ്പെട്ട് നീന്തി കല്ലിൽ പിടിച്ചു നിൽക്കുമ്പോ നല്ല കിതപ്പുണ്ട്. പ്രായം പതിനെട്ടല്ലെന്ന് ബോധ്യമാകുന്നു. മത്സരിച്ചു നീന്താൻ ഒരു പുളവനെങ്കിലുമുണ്ടായിരുന്നെങ്കിലെന്ന് വെറുതെ മോഹിച്ചു പോയി.

വലിയ സാഹസത്തിനൊന്നും മുതിരാതെ നീന്തി ഇക്കരെയെത്തി വീണ്ടും മുങ്ങി നിവർന്ന് തോർത്തുമ്പോൾ, ഏതു ഹൈസ്പീഡ് ഷവറിനും നൽകാനാവാത്ത കുളിര്, സുഖം. സംതൃപ്തി. ഇനി ദേവദർശനമാകാം.

അറുപത്തിഅഞ്ച് വർഷങ്ങളായി നിത്യേനയെന്നോണം ദർശനമേകുന്ന ഭഗവാനാണ്. സാക്ഷാൽ നീലകണ്ഠൻ. ശാന്തവും സൗമ്യവും ദീപ്തവുമായ ഭാവം. സേവിപ്പോർക്കാനന്ദമൂർത്തി. കൂട്ടിന് മക്കളായ വിഘ്നേശ്വരനും ഭഗവതിയും അയ്യപ്പനും. നടയ്ക്കൽ കൈകൂപ്പി തൊഴുതു ധ്യാനിച്ചു നിൽക്കെ ചുറ്റുമുള്ള ലോകവും ശബ്ദഘോഷങ്ങളുമെല്ലാം അകന്നകന്നു പോയി 65 വർഷത്തെ പരിചയക്കാരായ ഭക്തനും ഭഗവാനും മാത്രമായി.

“ആഹാ, ഇന്ന് ലേശം വിസ്തരിച്ചാണല്ലോ?” ഭഗവാൻ കുശലം പറഞ്ഞു.

“കർക്കടകം ഒന്നാന്തിയല്ലേന്ന് കരുതി.”

“ത്തിരി സാഹസമായോ? ശരീരം അത്രയ്ക്കങ്ങു പോരാന്നറിയാലോ.”

മൂപ്പർ സന്ദേഹിച്ചു.

"അത് പക്ഷേ അവിടേക്ക് ഓർമ്മയില്ലല്ലോ." ലേശം പരിഭവിച്ച് ഞാൻ തുടർന്നു. "ഈയുള്ളവനെയിട്ട് വലയ്ക്കുകയല്ലേ?"

തിരുമുഖത്ത് നാനാർത്ഥങ്ങളുള്ള മന്ദഹാസമാണ്. ഞാൻ സാവധാനം തിരിച്ചെത്തി. മനഃശുദ്ധിയുണ്ടാകണേ എന്നല്ലാതെ പ്രത്യേക ആവശ്യങ്ങളുന്നയിക്കാറില്ല. അന്തര്യാമിയായ അവിടന്ന് എല്ലാം ആവശ്യത്തിന് കണ്ടറിഞ്ഞ് തന്നിട്ടുണ്ട്. ആവശ്യത്തിനു മാത്രം.

എങ്കിലും ഈയിടെയായി ഒരാവശ്യം ഞാൻ ഉന്നയിച്ചു തുടങ്ങിയിട്ടുണ്ട്. മറ്റൊന്നുമല്ല. അനായാസമരണം.

ഒളിച്ചും പാത്തും മാർജ്ജാരപാദങ്ങളോടെയെത്തുന്ന രംഗബോധമില്ലാത്ത കോമാളിയെ 'ങ്ഹാ വന്നോ' എന്നു നിസ്സംഗതയോടെ സ്വാഗതം ചെയ്യണം. ലേശമിരുന്ന് വിയർപ്പാറ്റിയാൽ 'എന്നാലിനി പോകാം' എന്നു പറഞ്ഞെഴുന്നേൽക്കണം. ലഗ്ഗേജുകളുടെ ഭാരവുമില്ല. അനവസരത്തിൽ വന്ന് ഇടിത്തീ വർഷിക്കുമ്പോൾ ഒരവധിക്കുവേണ്ടി ഏവനും കെഞ്ചാതെ കെഞ്ചുമെന്ന യമധർമ്മന്റെ ഗർവ്വൊന്നു കുറയ്ക്കണം.

അതത്രയങ്ങ് സത്യസന്ധമാണോ? അകതാരിനുള്ളിലൂളിയിട്ട് ചികഞ്ഞപ്പോൾ അതാ, ഒളിച്ചിരിക്കുന്ന മൂവർ സംഘം. അച്ഛാച്ചന്റെ മേൽ നിഷ്കണ്ടകമായ അവകാശമുള്ള മട്ടിൽ മനസ്സും ശരീരവും കീഴടക്കിയ ആറ് വയസ്സുകാരനും ആ ഹിറ്റ്ലർ മാധവൻകുട്ടിയുടെ അഭാവത്തിൽ മാത്രം നെഞ്ചിൽ പൊൻതളയിട്ട ചരണയുഗളങ്ങൾ വയ്ക്കാവകാശമുള്ള മൂന്നര വയസ്സ് സർവ്വീസുള്ള, എന്റെ നിഴൽ കണ്ടാൽ ഓടിയെത്തുന്ന രണ്ടനിയത്തിമാരും. മകന്റേയും മകളുടേയും സന്താനങ്ങൾ. അനായാസ മൃത്യു ആഗ്രഹിക്കുമ്പോഴും പെറ്റ് കൈകാലുകളുറയ്ക്കാത്ത പൈക്കിടാവ് കൺമുന്നിൽ നിന്നു മായുമ്പോൾ തള്ളപ്പശുവെന്നപോലെ മനസ്സ് വേപഥു പൂണ്ടു പോകുന്നതെന്തേ?

ഈയിടെ ഇക്കാര്യം ചർച്ച ചെയ്തപ്പോഴാണ് സുഹൃത്തായ സ്വാമി ലക്ഷ്മണോപദേശത്തിൽ തുടങ്ങി എന്നെ ആത്മീയപാതയിലേക്ക് കൈപിടിച്ചു 'കയറ്റാനൊരു' ശ്രമം നടത്തിയത്.

"ആയുസ്സു പോകുന്നതേതുമറിവീല
മായാസമുദ്രത്തിൽ മുങ്ങിക്കിടക്കയാൽ
വാർദ്ധക്യമോടു ജരാനരയും പൂണ്ടു..."

"മതി." ഞാൻ കയ്യെടുത്തു വിലക്കി.

"ക്ഷണപ്രഭാ ചഞ്ചലമായ ഭോഗങ്ങൾ ഉപേക്ഷിക്കണമെന്നല്ലേ? സ്വാമി പൂർവ്വാശ്രമത്തിലെ ബന്ധനങ്ങളെല്ലാമുപേക്ഷിച്ചോ?"

“എപ്പോഴേ ഉപേക്ഷിച്ചു. വൈമനസ്യം തോന്നാൻ തക്ക ബന്ധങ്ങളുണ്ടായിരുന്നുമില്ല. എനിക്കിപ്പോൾ ത്യാഗത്തിന്റെ ആനന്ദമാണ്. പരംപൊരുളറിഞ്ഞ നിർമമതയാണ്.”

“അവിടെയാണ് സ്വാമി പ്രശ്നം. ഒരാൾ അനുഭവിക്കാത്ത സുഖവും മധുരവും ത്യജിക്കുന്നതു പോലെ എളുപ്പമല്ല അറിഞ്ഞു കൊണ്ടവയെ ത്യജിക്കുന്നത്. അയഥാർത്ഥമായ നിരവധി മോഹങ്ങളും സങ്കൽപ്പങ്ങളുമായി ജീവിതസമരത്തിനിറങ്ങിപ്പുറപ്പെട്ട അച്ഛനേക്കാൾ പരശ്ശതം ഔന്നത്യമുള്ള, ജീവിതത്തിൽ നിന്നനേകം പാഠങ്ങൾ പഠിച്ച മുത്തച്ഛനാണ് ഞാൻ.

ജിവിതായോധനത്തിന്റെ ബദ്ധപ്പാടുകളിൽ കൈവിട്ടു പോയ മക്കളുടെ ബാല്യകുതൂഹലങ്ങൾ നെഞ്ചേറ്റാൻ ഈശ്വരൻ കനിഞ്ഞു നൽകിയ അസുലഭ നിമിഷങ്ങളാണ് ഞാൻ ആസ്വദിച്ചു ജീവിച്ചു തീർക്കുന്നത്. അങ്ങു പറഞ്ഞ മോക്ഷത്തേക്കാളും പരംപൊരുളറിഞ്ഞ അന്തരാത്മാവിന്റെ അമേയമായ ആനന്ദത്തേക്കാളും പൈദാഹങ്ങളില്ലാത്ത പുണ്യലോകത്തേക്കാളും ഇതാണെനിക്ക് സ്വർഗ്ഗം, പരമാനന്ദം. മോക്ഷം.

മനുഷ്യമനസ്സല്ലേ, ഒരുപക്ഷേ, നാളെയൊരിക്കൽ ഞാനാ സനാതനസത്യം തേടിയലഞ്ഞേക്കാം. പക്ഷേ ഇന്നത്തെ മധുരവും നിർവ്യതിയുമുപേക്ഷിച്ച് അന്നിന്റെ അനിശ്ചിതത്വത്തിലേക്ക് യാത്ര പുറപ്പെടാൻ ഇന്ന് ഞാനാളല്ല തന്നെ.”

“അപ്പോൾ മരണഭയമുണ്ട്?” സ്വാമി വിടാൻ ഭാവമില്ല.

“ഭയമല്ല സ്വാമീ, അത്യുന്നത നീതിപീഠത്തിന്റെ വിധി തീർപ്പിലെ ന്യായാന്യായങ്ങൾ മൂഢനായ എന്റെ അല്പബുദ്ധിക്ക് വഴങ്ങുന്നതായേക്കില്ല. പക്ഷേ ജീവിതയാത്രയുടെ അവസാന ലാപ്പിൽ മാത്രം ജീവിക്കാൻ തുടങ്ങിയ ഞാൻ അലംഘനീയ സത്യമെന്നറിഞ്ഞു തന്നെ അവയെ ബോധപൂർവ്വം നിരാകരിക്കുകയാണ്.”

ചിന്തയിൽ മുഴുകി മഴ നനഞ്ഞു തന്നെ വീട്ടിലെത്തി തോർത്തി ഭാര്യയോടൊരു വിമ്പും പറഞ്ഞു.

“കണ്ടോടീ, എന്റെ സ്റ്റാമിന, ഒരു തുമ്മൽ പോലുമില്ല.” ഞാൻ ഉള്ള ഉണക്കശരീരമൊന്ന് എയർ പിടിച്ച് കാണിക്കുകയും ചെയ്തു.

ഉച്ചയ്ക്ക് ഊണു കഴിഞ്ഞ് ഒരു മയക്കം കഴിഞ്ഞെഴുന്നേറ്റപ്പോൾ മുതൽ ഒരസ്വസ്ഥത. കാൽമുട്ടുകളിൽ മിന്നൽപ്പിണരുകൾ. കഴുത്തു തിരിക്കുമ്പോൾ ചിറകടിക്കുന്ന നോവും പക്ഷികൾ. തലയ്ക്കടി കൊണ്ടപോലെ ഒരു വിങ്ങൽ. വലിയമ്പലത്തിൽ നിന്ന് കൂട്ടുവന്ന പ്രാവ് നെഞ്ചിലിരുന്ന് കുറുകുന്നു.

ചായയും കൊണ്ടെത്തിയ ഭാര്യയറിയാതിരിക്കാൻ പത്രമെടുത്തു നിവർത്തി. മുഖത്തെ നേരിയ വ്യത്യാസം പോലും പിടിച്ചെടുത്ത് അപഗ്രഥിച്ച് ശരിയായ നിഗമനത്തിലെത്തുന്ന ഇൻബിൽറ്റ് സോഫ്റ്റ് വെയറുള്ളവരാണ് ഭാര്യമാരെന്ന് ഞാനോർത്തില്ല.

“എന്താ ഒരു വയ്യായ?”

ഒളിച്ചിട്ടു കാര്യമില്ലെന്നറിയാവുന്ന ഞാൻ പകുതി പറഞ്ഞു. ബാക്കി പകുതി അവളൂഹിച്ചു.

‘ഞാനപ്പോഴേ പറഞ്ഞതല്ലേ’ എന്നു തുടങ്ങിയ പരിദേവനങ്ങൾക്കൊടുവിൽ ‘ഞാൻ തിരിഞ്ഞു നോക്കൂലാ’ എന്ന ഉഗ്രശപഥമൊക്കെ മറന്ന് അതാ, തിളച്ച വെള്ളവും മറ്റു സന്നാഹവുമൊക്കെയായി അയാൾ ആവി പിടുത്തം തുടങ്ങി.

കിട്ടിയ അവസരത്തിൽ ഒന്നു പ്രകോപിപ്പിക്കാനായി ഞാൻ ആരോടെന്നില്ലാതെ പറഞ്ഞു.

“ശ്ശോ, എന്നാലും എന്റെ ആരോഗ്യമൊക്കെയെവിടെ പോയി?”

“എന്നെക്കൊണ്ടൊന്നും പറയിപ്പിക്കണ്ട. ഒരു ആരോക്യച്ചാമി! കണ്ടേച്ചാലും മതി.”

കണവനെ ആപാദചൂഡം കൺകൊണ്ടുഴിഞ്ഞ് ചെറുചിരിയോടെ അവൾ തുടർന്നു.

“ഒണക്കകൃഷ്ണൻ.”

ഊറി വന്ന ചെറുമന്ദഹാസം വലിയൊരു അട്ടഹാസച്ചിരിയായി മാറാൻ ആ വാക്കുകൾ ധാരാളമായിരുന്നു. ■

കരിയിലകൾ

പള്ളിയുടെ പാരിഷ് ഹാളിലാണ് വിവാഹത്തിന്റെ സൽക്കാരം. വരന്റെ അച്ഛൻ സഹപാഠിയാണ്. നാട്ടുകാരനും. ക്ഷണിക്കാൻ വീട്ടിലെത്തിയപ്പോൾ അവൻ പറഞ്ഞിരുന്നു. ഇക്കുറി കുറച്ച് വിപുലമാണ് ക്ഷണം.

"അതിന്റെയൊക്കെ ആവശ്യമുണ്ടോടാ? ആർഭാടമൊക്കെ ഒന്നു ലിമിറ്റ് ചെയ്ത് ആ കാശ് നീയാ പിള്ളേർക്ക് കൊടുക്ക്."

പക്ഷേ അതൊന്നും അവന്റെയടുത്ത് വിലപ്പോയില്ല. പണ്ട് വൈക്കോൽപ്പുരയുടെ ചാണകം മെഴുകിയ വരാന്തയിൽ അവനേറ്റ ചില്ലറ അവഹേളനങ്ങൾക്ക് മറുപടി കൂടിയാണ് ഈ ആർഭാടം. ആത്മസംതൃപ്തിയിലേക്കും മധുരപ്രതികാരത്തിലേക്കുമുള്ള ഇത്തരം വിചിത്രവഴികൾ എനിക്കത്ര പരിചിതമല്ല.

"ഇതെന്റെ ലാസ്റ്റ് പരിപാടിയാടാ. മ്മടെ കൂടെ പഠിച്ചവരെ കുറേ വിളിക്കുന്നുണ്ട്."

"ശരി നടക്കട്ടെ, എന്തെങ്കിലും ആവശ്യമുണ്ടേൽ പറയണം." ഞാൻ നിരർത്ഥകമായ വാഗ്ദാനം ചൊരിഞ്ഞു.

കക്ഷി വാക്കുപാലിച്ചിട്ടുണ്ട്. വിശാലമായ പാരിഷ് ഹാളിനും പരിമിതികളുണ്ടെന്ന് ബോധ്യമാകുന്ന തിരക്ക്. പഴയ സതീർത്ഥ്യരെ കണ്ട് കുശലം പറയുന്നതിനിടയ്ക്കാണ് കൈ കഴുകി സാരിത്തുമ്പുകൊണ്ട് മുഖം തുടച്ച് ഒഴിവാക്കാനാവാത്തത്ര സമീപം ബീനയെ കാണുന്നത്.

ബീനയെ ഒരുപാട് കാലം കൂടിയാണ് കാണുന്നത്. മകളുടെ അഞ്ചാംക്ലാസുകാരിയായ, ചിത്രശലഭത്തിന്റെ പുനർജന്മം പോലൊരു കുട്ടിയുമുണ്ട് കൂടെ. അവളുടെ ചടുലമിഴികളും ഉത്സാഹം നിറഞ്ഞ ശരീരഭാഷയും വലതുകവിളിലെ നുണക്കുഴിയും എന്തിനേറെ, അനുനാസികാസ്വരം പോലും ബീനയിൽനിന്ന് കടം കൊണ്ടതു തന്നെ.

"ഇവളന്നത്തെ ബീന തന്നെ."

അവിചാരിതമായ കണ്ടുമുട്ടൽ വേഗതയേറ്റിയ നെഞ്ചിടിപ്പുകൾ നിയന്ത്രിക്കാൻ ശ്രമിച്ചു കൊണ്ട് ഞാൻ പറഞ്ഞു.

ബീന പുഞ്ചിരിച്ചു. കാലത്തിന് കാര്യമായ പരിക്കേൽപ്പിക്കാൻ കഴിയാത്ത പഴയ ആ ആഭിജാത്യം സ്ഫുരിക്കുന്ന മന്ദഹാസം.

"വേണുവിന് ഒരുപാട് മാറ്റം വന്നു. ശബ്ദം മാത്രമുണ്ട് അന്നത്തേതായി."

പിശുക്കോടെയെങ്കിലും വാക്കുകളങ്ങനെ ചാറ്റൽമഴ പോലെ ഏറിയും കുറഞ്ഞും പെയ്തുകൊണ്ടിരുന്നു. ബീന സർക്കാർ ലാവണത്തിൽ ഉയർന്ന പോസ്റ്റിൽ റിട്ടയർ ചെയ്തു. ഭർത്താവും മകളും കുടുംബവുമായി തലസ്ഥാന നഗരിയിലാണ് താമസം.

"അമ്മയ്ക്ക് സുഖമല്ലേ?" വിഷയ ദാരിദ്ര്യമകറ്റാൻ ഞാനൊരു ചോദ്യമെറിഞ്ഞു.

ഒരു നിമിഷം ബീന മൗനം പൂണ്ട് നിന്നു. പിന്നീട് മന്ത്രിക്കും പോലെ പറഞ്ഞു.

"അമ്മ കഴിഞ്ഞ വർഷം പോയി വേണൂ. അവസാന ആറുമാസം കിടപ്പിലായിരുന്നു. കൂടെ കടുത്ത ഓർമ്മക്കുറവും."

"സോറി, ഞാനറിഞ്ഞിരുന്നില്ല." ഭാവഭേദം വിദഗ്ധമായി മറച്ച് ഞാൻ പറഞ്ഞു.

"എങ്കിലും വേണുവിനെ ഇടയ്ക്ക് തിരക്കിയിരുന്നു."

അതെന്നെ അതിശയിപ്പിച്ച വാർത്തയായിരുന്നു.

"അമ്മ ഇടയ്ക്കൊക്കെ ചോദിക്കുമായിരുന്നു. നിന്റെ കൂടെ കോളേജിലൊക്കെ പഠിച്ച ആ മെലിഞ്ഞ പയ്യനില്ലേടീ... ആ ഗോവിന്ദൻ? അവനെയൊന്ന് കാണാൻ പറ്റോ?"

"ഗോവിന്ദനല്ലമ്മേ." ബിന പറയും. "ഓർമ്മകൾ കണ്ണുപൊത്തിക്കളിപ്പിക്കുന്ന അമ്മ പേരുകൾ മാറി മാറി പറയും. കേശവൻ, പത്മനാഭൻ, മുകുന്ദൻ. പക്ഷേ വേണുഗോപാലൻ എന്ന പേര് അമ്മ ഓർക്കുകയേയില്ല." ബീന ചിരിച്ചു. വിഷാദമേഘങ്ങൾക്കിടയിൽ വിളറിയ ചന്ദ്രക്കല പോലെയൊരു ചിരി.

ഇടംകവിളിൽ അമ്മമ്മയിൽനിന്ന് പകർന്നു കിട്ടിയ നുണക്കുഴി വിരിയിച്ച് ചിത്രശലഭവും മന്ദഹാസം തൂകി.

ഇടയിലെപ്പോഴോ ഞങ്ങൾക്കിടയിൽ ഒരു മൗനം ഒഴുകിയെത്തി.

"അമ്മച്ചീടെ ബോയ്ഫ്രണ്ടായിരുന്നോ ഈ അങ്കിൾ?" കൊച്ചുമോൾ പൊടുന്നനെ ചോദിച്ചു.

ബീന ഒന്ന് പതറിയെന്ന് തോന്നി. ചുറ്റും വീശിയടിച്ച ചുഴലിക്കാറ്റുയർത്തിയ പൊടിപടലങ്ങൾക്കിടയിൽ അവ്യക്തമായി കാണാം. പാവാടയും ജമ്പറുമിട്ട ഒരു പതിനെട്ടുകാരി. ചടുലനയനങ്ങൾ. പ്രസരിപ്പേറിയ മുഖം. വീതി കുറഞ്ഞ നെറ്റി. ആകർഷകമായ നുണക്കുഴി വിരിയിച്ചുള്ള തൂമന്ദഹാസം.

ഞായറാഴ്ചകളിൽ വായനശാലയുടെ മുന്നിലൂടെ പള്ളിയിലേക്കു തിരിയുന്ന ഇടവഴിയിലേയും കോളേജ് ബസ്സ്റ്റോപ്പിലേയും തപസ്സ്. ഇടനെഞ്ചിൽ നാലാം കാലം കൊട്ടിക്കയറുന്ന പഞ്ചാരിമേളം. എണ്ണമറ്റ കഥകളുതിർന്ന ചടുലമിഴികൾ. വാചാലമായ മൗനങ്ങൾ. നിമിഷായുസ്സുള്ള പിണക്കങ്ങൾ. അത്യപൂർവ്വമായി കൈക്കുമ്പിളിലൊതുക്കിയ മുഖകമലം. കൈമാറിയ ഹൃദയാക്ഷരങ്ങൾ.

മിഴിമുനകൾ കൂട്ടിമുട്ടാതെ ശ്രദ്ധിച്ച്, ഉറക്കെച്ചിരിച്ച് ഞാൻ പറഞ്ഞു.

“അതെങ്ങനെ മോളേ? മോൾടെ അമ്മച്ചി നല്ല മിടുക്കിയായിരുന്നു. അഭിനയത്തിലും സ്പോർട്സിലും സംഗീതത്തിലുമൊക്കെ ഒരുപാട് കഴിവുകളുള്ള ഒരു മഹാസംഭവം.”

“അപ്പോ അങ്കിളോ?”

“അങ്കിളോ, അങ്കിളൊരു സാധാര...”

പറഞ്ഞു മുഴുമുപ്പിക്കും മുമ്പ് ബീന ധൃതിയിൽ ഇടപെട്ടു.

“അങ്കിൾ അന്നും കഥയെഴുതുമായിരുന്നു മോളേ. ബാലപംക്തിയിൽ, കയ്യെഴുത്തു മാസികയിലൊക്കെ...” ബീന വെയിലേറ്റ് വാടിയ ചിരി വിടാതെ പറഞ്ഞു.

അവിടെ നിന്ന് കാണാവുന്ന ഞങ്ങളുടെ സ്കൂൾ വളപ്പിലേക്ക് ഞാൻ മിഴികൾ പറിച്ചു നട്ടു. ഇല കാണാൻ കഴിയാത്ത വിധം ഇറുകെ പൂത്തിരുന്ന വാക ഇലകൊഴിഞ്ഞ് ശിഖരങ്ങളുണങ്ങി ഒരു ദയനീയ ചിത്രമായി നിൽക്കുന്നു. ഓടിട്ട പഴയ കെട്ടിടത്തിന് വലതുഭാഗത്ത് പുതിയ കെട്ടിടം വന്നിരിക്കുന്നു. സ്കൂളിനപ്പുറം പരശ്ശതം തവണ ഇരുവരുടേയും നിശ്വാസങ്ങളേറ്റുവാങ്ങിയ, ഏതാണാദ്യം അവസാനിക്കുക എന്ന പന്തയത്തിലേർപ്പെട്ട, നെടുനീളൻ നിരത്തും ഓരം ചേർന്ന വയലും.

“സ്കൂളാകെ മാറി.” ഞാൻ പറഞ്ഞു. എന്തുകൊണ്ടോ വാക്കുകൾക്കിടയിൽ ഉറയുന്ന മൗനം ഈ കൂടിക്കാഴ്ചയിലെ കൗതുകം ചോർത്തുന്നത് ഞാനറിയുന്നുണ്ട്.

“ഓരോ സാഹചര്യമല്ലേ മാറ്റങ്ങൾ കൊണ്ടുവരുന്നത്. നമ്മളും ഒരുപാട് മാറിപ്പോയി.”

വിദൂരതയിൽ മിഴിയൂന്നി പിറുപിറുക്കുന്നതു പോലെയാണ് ബീന യത് പറഞ്ഞത്.

ദുർബ്ബലമായ തിരക്കഥ കൊണ്ട് വിരസമായ നാടകരംഗമായി മാറിക്കൊണ്ടിരുന്ന കൂടിക്കാഴ്ച അവസാനിപ്പിക്കാറായെന്ന് എനിക്ക് തോന്നിത്തുടങ്ങി.

"ഇനിയെന്നെങ്കിലും കാണാം ബീനേ..." കൊച്ചുമോളുടെ കവി ളിൽ തട്ടി ഞാൻ യാത്ര ചോദിച്ചു.

ബീനയൊന്നു ചിരിച്ചു. ഇത്തവണ കരിപിടിച്ച റാന്തലിന്റെ താഴ്ത്തിയ തിരിനാളം പോലെ മങ്ങിയ ചിരി. പിന്നെ മിഴികൾ നിലത്തൂന്നി മെല്ലെ തലയാട്ടി.

ഉണക്കേറ്റ് മെലിഞ്ഞ വാകക്കൊമ്പിലിരുന്ന പക്ഷി എന്നോ ടെന്തോ പറഞ്ഞു. ഭാരമേറിയ പാദങ്ങൾ പെറുക്കി വച്ച് ഞാൻ സാവ ധാനം നിരത്തിലേക്കിറങ്ങി. ■

ഉത്തമ പുരുഷൻ

അനേക കാലം മുമ്പ്. ഇടവപ്പാതി തിമിർത്തു പെയ്തു തോർന്ന ഒരു സന്ധ്യയിൽ അച്ഛന്റെ ഒരു അടുത്ത പരിചയക്കാരനെത്തി.

"ഇവന് ഇവിടെ അടുത്തുള്ള കോളേജിൽ പ്രീഡിഗ്രിക്ക് അഡ്മിഷൻ കിട്ടിയിരിക്കുന്നു. ഇവിടെ താമസിച്ച് പഠിക്കാനൊരു സൗകര്യം വേണം."

തന്റെ പിന്നിൽ ഒളിച്ചെന്നവണ്ണം നിന്നിരുന്ന ഒരു കൗമാരക്കാരനെ മുന്നിലേക്ക് നീക്കി നിർത്തി ആഗതൻ ആവശ്യമുന്നയിച്ചു. രണ്ടാമതു പോയിട്ട് ഒരു തവണപോലും ആലോചിക്കാൻ മിനക്കെടാതെ അച്ഛൻ പരിപൂർണ്ണ സമ്മതം മൂളി. രണ്ടു മൂന്ന് വയസ്സു മൂത്ത ഒരാളെ കൂട്ടുകാരനും ചേട്ടനുമായി കിട്ടിയ എനിക്ക് ഏറെ സന്തോഷം. അമ്മയുടെ സമ്മതമോ സന്തോഷമോ ആരും അന്വേഷിക്കുന്ന പതിവുമില്ല. ഏതായാലും അമ്മ മുന്നോട്ട് വന്ന് അവന്റെ ചുമലുകളിൽ പിടിച്ച് തന്നോട് ചേർത്തു നിർത്തി ചെവിയിൽ ചോദിച്ചു.

"മോനു വിശക്കുന്നുണ്ടോ?"

'മോൻ' നാണത്തോടെ തലയാട്ടി,

എനിക്കവകാശപ്പെട്ട 'മോനെന്ന പദവി' ഇന്നു കണ്ട പയ്യന് ചാർത്തിക്കൊടുത്തതിൽ തെല്ല് അലോസരം തോന്നിയെങ്കിലും ഞാനതപ്പോൾ ഭാവിച്ചില്ല.

അങ്ങനെ തുടങ്ങിയ താമസം അഞ്ച് വർഷം നീണ്ടു. പ്രീഡിഗ്രി കഴിഞ്ഞ് ഡിഗ്രി അവസാനവർഷം വരെ.

പയ്യൻ പൊറുതി തുടങ്ങിയപ്പോൾ മുതൽ വി.ഐ.പിയായി പരിഗണിക്കപ്പെട്ടു. ഉള്ളതിൽ നല്ല കിടക്ക മോഹനന്. ഞങ്ങൾക്ക് തഴപ്പായ. ചൂടുള്ള ചോറ് മോഹനന്. ഞങ്ങൾക്ക് ആറിയതോ പഴഞ്ചോറോ. മുഴുവൻ പപ്പടം മോഹനന്. ഞങ്ങൾക്ക് പൊട്ടും പൊടിയും. മേശവിളക്ക് മോഹനന്റെ മുന്നിൽ. മങ്ങിയ വെളിച്ചത്തിൽ ഞങ്ങൾ.

വീട്ടിലുള്ളതിൽ മുന്തിയത് എപ്പോഴും മോഹനന്. ഞങ്ങളൊക്കെ രണ്ടാംകിടക്കാർ. ഒരു വ്യത്യസ്തതയുള്ളത് വീട്ടുജോലികളുടെ കാര്യത്തിലാണ്. അതപ്പാടെ ഞങ്ങൾക്ക്.

ഈ വിവേചനത്തിൽ അലോസരം കാട്ടുകയോ പരാതി പറയുകയോ ചെയ്താൽ അച്ഛനോർമ്മിപ്പിക്കും. 'അതിഥി ദേവോ ഭവ'

എനിക്കതെത്ര ബോധ്യമായില്ല. വല്ലപ്പോഴും വരുന്നയാളല്ലേ അതിഥി. നാലഞ്ചു വർഷം സ്ഥിരമായി താമസിക്കുന്നയാൾ എങ്ങനെയാണ് അതിഥിയാകുക തുടങ്ങിയ എന്റെ സംശയങ്ങളൊന്നും പരിഗണിക്കപ്പെട്ടതേയില്ല.

അമ്മ പക്ഷേ ആ ദാർശനിക ലൈനിലായിരുന്നില്ല. "പാവം കുട്ടി. അത് അമ്മേടടുത്ത്ന്ന് മാറിനിക്കല്ലേ. നമ്മള് വേണ്ടേ അതിന് ഒരു വെഷമം തോന്നാണ്ട് നോക്കാൻ. ഇപ്പോ നല്ലോണം വളരണ പ്രായോം." ആ മാതൃഭാവം തുളുമ്പിയ വാക്കുകൾക്കും അമ്മയുടെ ആർദ്രമായ നോട്ടത്തിനും മുന്നിൽ ഞാനും നിരായുധനായിപ്പോകും.

അങ്ങനെ ഒരുമിച്ച് പഠിച്ച്, കളിച്ച്, ഉണ്ട്, ഉറങ്ങി, പിണങ്ങി, ഇണങ്ങി ഒഴുകിപ്പോയ അഞ്ച് വർഷങ്ങൾ. ഉള്ള സൗകര്യങ്ങളിൽ ഒതുങ്ങി, സാധു പ്രകൃതവും പെരുമാറ്റവുമായി ഏവരുടേയും സ്നേഹത്തിന് പാത്രമായി അയാളും ഞങ്ങളോടൊപ്പം വളർന്നു. വാഴനാരു പോലെ മെലിഞ്ഞുണങ്ങിയിരുന്ന പയ്യൻ ഡിഗ്രി അവസാനവർഷമായപ്പോഴേക്കും തണ്ടും തടിയും വച്ച് മീശയുമൊക്കെയായി നല്ല ഒത്ത ചെറുപ്പക്കാരനായി.

അങ്ങനെ ആ ദിവസവും വന്നണഞ്ഞു. അവസാന വർഷ പരിക്ഷയും കഴിഞ്ഞ് മോഹനൻ പോകാനിറങ്ങിയപ്പോൾ അമ്മ ചേർത്തു പിടിച്ചു. മിഴിനീരു തുടച്ച് ഗദ്ഗദകണ്ഠയായി.

"നന്നായി വരും. മിടുക്കനാകണം. ജോലിയൊക്യായിട്ട് ഇതിലെ വരണം."

നിറഞ്ഞ കണ്ണുകൾ തുടച്ച് ഞങ്ങളോടും യാത്ര ചോദിച്ച് അയാൾ മുളമ്പടി കടന്ന് റോഡിലിറങ്ങുംവരെ അമ്മ നോക്കി നിന്നു. പിന്നെ ചാരിതാർത്ഥ്യം പൂണ്ട ഒരു ദീർഘനിശ്വാസത്തോടെ തിരിച്ചു കയറി. വീട്ടിലെ ഒരംഗം പെട്ടെന്ന് സ്ഥലം വിടുമ്പോഴെന്ന പോലെ ഒരു ശൂന്യത കുറേയേറെ നാൾ ഞങ്ങളെ പൊതിഞ്ഞു നിന്നു.

നിഗൂഢമായൊരാനന്ദം എന്നെ പൊതിഞ്ഞു നിന്നത് ഞാനാരുമായും പങ്കുവച്ചില്ല. ഒരു കൗമാരപ്രായത്തിന്റെ നിഷ്ക്കളങ്കത കലർന്ന ആനന്ദം.

ഇന്നു മുതൽ എനിക്ക് സ്വന്തമായി ഒരു കട്ടിലും കിടക്കയും മേശയും മേശവിളക്കുമൊക്കെ കിട്ടാൻ പോകുന്നു.

പിന്നെ അയാളെപ്പറ്റിയുള്ള അറിവുകളെല്ലാം കേട്ടറിവുകളായിരുന്നു. അയാളുടെ വീടിനടുത്ത് സ്കൂൾ ജോലി ചെയ്തിരുന്ന ഗോപി മാഷ് അവിടെ കേട്ട് ഇവിടെയെത്തിക്കുന്ന വിവരങ്ങൾ. അയാൾക്ക് കേന്ദ്ര സർക്കാരിൽ ജോലിയായി ഡൽഹിയിലാണത്രെ. വിവാഹം കഴിഞ്ഞുവെന്നും ഇടയ്ക്ക് നാട്ടിൽ വന്നു പോയെന്നുമൊക്കെയുള്ള വിവരങ്ങൾ ഗോപി മാഷ് വഴി എത്തിക്കൊണ്ടിരുന്നു. മാഷ് അടുത്തൂൺ പറ്റിയതോടെ ആ വഴിയും അടഞ്ഞു.

ഒരു കത്തയച്ചില്ല. ഒന്നു വന്നില്ല. അച്ഛൻ മരിച്ചപ്പോൾ അയാളെ അറിയിക്കാൻ മേൽവിലാസമുണ്ടായിരുന്നില്ല. ഫലമിച്ഛിക്കാതെയുള്ള കർമ്മം ചെയ്യൽ സ്വായത്തമാക്കിയ അച്ഛന് അയാളുടെ ഒരു വരി കത്തോ, ഒരു സന്ദർശനമോ കാണാത്തതിൽ നിരാശയുമുണ്ടായിരുന്നില്ല.

"വന്നവെള്ളം പോകും നിന്നവെള്ളം നിൽക്കും." അമ്മയുടെ വേവലാതി കണ്ട് അച്ഛൻ പറഞ്ഞു.

അമ്മയ്ക്ക് പക്ഷേ ആ തലത്തിലേക്ക് എത്താനായില്ല. അഞ്ചു വർഷം വെച്ചുവിളമ്പി, തുണിയലക്കിക്കൊടുത്ത്, അടുത്തിരുന്നൂട്ടിയ എന്റെ അമ്മ ഇടയ്ക്കിടെ വ്യസനിച്ച് പറയും.

"ന്നാലും, ആ കുട്ടിക്കെന്താ പറ്റീത്?"

"നന്ദി കെട്ടവനാമ്മേ" എന്നു ഞാൻ രോഷം കൊണ്ടപ്പോൾ അമ്മ പറഞ്ഞു.

"ന്തെങ്കിലും തടസ്സോണ്ടാവും. ഓനൊരു സ്വപ്നക്കാരനാ."

സ്വപ്നക്കാരൻ നാട്ടിൽ വരവും വീട്ടുകാരെ കാണലും തന്നെ ഇല്ലാതായെന്നും കേന്ദ്രത്തിൽ വലിയ ഉദ്യോഗസ്ഥനാണെന്നുമൊക്കെ പറഞ്ഞപ്പോൾ അമ്മ പറയുന്നു.

"നന്നായി. ഒരു വഴിയായീലോ, ന്നാലും ഒന്നു കാണാൻ തോന്ന്വാ."

പിന്നീട് മരണാസന്നയായ നാളുകളിൽ എന്റെ കൂടെ വന്ന ഒരു സുഹൃത്തിനെ കണ്ട് അമ്മ ചോദിക്കുക കൂടിയുണ്ടായി,

"മോഹനനല്ലേ?"

അല്ലെന്ന് ഞാൻ പറഞ്ഞില്ല. വെറുതെയെന്തിന് അവശേഷിക്കുന്ന കുറച്ചു നാൾ ആ മനസ്സിലൊരു വേദനയുളവാക്കണം. ശപിച്ചില്ലെങ്കിലും ആ മനസ്സിലെ ഒരു നിമിഷത്തെ നൈരാശ്യം പോലും അയാളെ പ്രതികൂലമായി ബാധിക്കരുതെന്നു തോന്നാൻ തക്ക ഒരു മമതാബന്ധം പിഴുതെറിയാതെ എന്നിൽ അവശേഷിച്ചിരുന്നു താനും. പിന്നീട് ഫോൺ സൗകര്യങ്ങളൊക്കെ സാർവ്വത്രികമായപ്പോൾ വേണമെങ്കിൽ എനിക്കയാളെ തിരഞ്ഞുപിടിക്കാമായിരുന്നു. പക്ഷേ എന്നിലവശേഷിച്ച ദുരഭിമാനം എന്നെ അതിനനുവദിച്ചില്ല.

ആ മോഹം സഫലമാകാതെ അമ്മയും മരിച്ചു.

ഒടുവിൽ അയാളുടെ പഴയ വീടിനടുത്തൊരു വീട്ടിലെ വിവാഹത്തിരക്കിനിടയിൽ ഞങ്ങൾ കണ്ടു. ആരോ പറഞ്ഞ് ചൂണ്ടിക്കാണിച്ച് അയാൾ അടുത്തു വന്നു. നാൽപ്പതു വർഷത്തിനുശേഷമാണെങ്കിലും ആ ചാരക്കണ്ണുകളും ഉയർന്ന മൂക്കും ഞാൻ തിരിച്ചറിഞ്ഞു.

എനിക്ക് തിരിച്ചറിയാനാവാത്ത വിധം മാറ്റമുണ്ടെന്ന് അയാൾ പറഞ്ഞു. ഡൽഹിയിൽ നിന്നു വന്ന് നാട്ടിൽ ഇരുപതു കിലോമീറ്ററകലെ വീടും സ്ഥലവും വാങ്ങി താമസമാക്കിയെന്നു പറഞ്ഞു. നാല്പതു ലക്ഷത്തോളമായത്രെ. ഭാര്യയേയും മകനേയും പരിചയപ്പെടുത്തി. ദോഷം പറയരുതല്ലോ, "ഞാൻ പണ്ട് ഒരു വീട്ടിൽ നിന്നു പഠിച്ചിട്ടുണ്ടെന്ന് പറഞ്ഞിട്ടില്ലേ? അതിവരുടെ വീട്ടിലായിരുന്നെന്ന്" ഭാര്യയോട് പറയുകയും ചെയ്തു. അച്ഛന്റെ മരണം ഒരു മാസത്തിലേറെ കഴിഞ്ഞാണറിഞ്ഞതെന്നും വളരെ തിരക്കുള്ള സമയമായതുകൊണ്ട് വരാൻ കഴിഞ്ഞില്ലെന്നും പറഞ്ഞു. നിസ്സംഗനായി എല്ലാം കേട്ടു നിൽക്കുന്നതിനിടയിൽ അയാൾ ചോദിക്കുന്നു.

"അമ്മയ്ക്കിപ്പോഴെങ്ങനെയുണ്ട്, നടക്കാനൊക്കെ പറ്റുമോ?"

"അറിയില്ല മോഹനേട്ടാ."

"അതെന്താണ്, അമ്മ നിന്റെ കൂടെയല്ലേ, എവിടെയാണ് ഇപ്പോ?"

"എന്റെ കൂടെയല്ല."

"എന്നാലും ഇടയ്ക്കു പോയി കാണണം. അമ്മയ്ക്കെന്തു തോന്നും?" മൂപ്പരുടെ ചുമതലാബോധം കണ്ട് ഞാൻ ഏകലോചനം നടിച്ചു.

"പോകുന്നുണ്ട്. ഇവിടെ കുറേ ജോലി കൂടി ബാക്കിയുണ്ട്. അതൊന്നു തീരട്ടെ."

ആൾ അല്പനേരം ചിന്താകുലനായി. ആകെയൊരു പൊരുത്തക്കേട് മണത്തുകാണണം. നോട്ടത്തിൽ സംശയത്തിന്റെ ലാഞ്ഛനയുണ്ട്.

"എന്നാലും സ്ഥലത്തിനൊരു പേരില്ലേ, മറ്റന്നാൾ മോൾ വരും വരെ ഞാൻ ഫ്രീയാണ്. ഒന്നു പോയി കാണണം. നമുക്കൊരുമിച്ചു പോകാം."

എന്റെ എല്ലാ നിയന്ത്രണവും തെറ്റുമെന്നു തോന്നിയപ്പോൾ ഞാൻ മിഴികളടച്ചു അമ്മയെ ധ്യാനിച്ചു നിന്നു. പിന്നീട് ഒന്നും പറയാനാകാതെ നിറമിഴികൾ അയാൾ കാണാതിരിക്കാൻ മൊബൈൽ എടുത്ത് ഒരു മിനുട്ടെന്ന് കയ്യാംഗ്യം കാണിച്ച് തിരിഞ്ഞു നടന്നു.

■

സ്ത്രീശാക്തീകരണം

"എനിക്ക് വേണ്ട സാറേ ഈ ജോലി. അനിയനെടുത്തോട്ടെ."

വാടിയ ആമ്പൽപൂ പോലുള്ള മുഖമുയർത്തി നിറമിഴികളോടെ പെൺകുട്ടി പറയുകയാണ്.

"നല്ലവണ്ണം ആലോചിച്ചാണോ നിങ്ങൾ ഈ പറയുന്നത്?"

അടുത്തിരിക്കുന്ന അമ്മയോടായിരുന്നു എന്റെ ചോദ്യം.

"അതുമതി സാറേ, ആളുകൾ സമ്മതിക്കൂല്ലാ. സമാധാനമല്ലേ വലുത്?"

കൂടുതൽ ചോദ്യം ഒഴിവാക്കാനെന്നോണം ജനാലയിലൂടെ വിദൂരതയിലേക്ക് നോക്കിയാണ് ഉത്തരം.

വീട്ടിൽ നിന്ന് ഒട്ടു ദൂരെയുള്ള ഗ്രാമത്തിലെ ആഫീസിൽ മാറ്റമായി ചെല്ലുമ്പോൾ ആശങ്ക തീരെയില്ലായിരുന്നു. കാരണം അവിടെ പ്രിയ സുഹൃത്ത് ഗോപിച്ചേട്ടനുണ്ടെന്നറിയാം. സദാ പ്രസന്നവദനനായ, നല്ല നർമ്മബോധമുള്ള, എല്ലാവർക്കും ഉപകാരിയായ മദ്ധ്യവയസ്കൻ. തറവാട്ടു വീതമായി ലഭിച്ച ഭൂമിയിൽ കുറച്ചു വിറ്റ് ആഫീസിനടുത്തുതന്നെ ചെറിയൊരു വീടു വച്ചു. ചേട്ടന്റെ ശമ്പളവും അത്യാവശ്യം പുരയിടവരുമാനവുമായി വലിയ അല്ലലില്ലാതെ ജീവിച്ചു വരുന്ന, ഭാര്യയും മകനും മകളുമടങ്ങിയ ചെറിയ സന്തുഷ്ട കുടുംബം. ചേട്ടനോടൊപ്പം കയറി ചെന്നപ്പോഴെല്ലാം ഒരു കുടുംബാംഗത്തെ പോലെ എന്നെ സ്വീകരിച്ച, ഇനിയും അന്യം നിന്നിട്ടില്ലാത്ത നിഷ്കളങ്കതയും സ്നേഹവും മാത്രം കൈമുതലാക്കിയ അമ്മയും കുട്ടികളും.

കന്നിമാസത്തിലെ പൂജയെടുപ്പു ദിവസം. ഗോപിച്ചേട്ടന്റെ അയൽവാസിയായ, ആഫീസിലെ സഹപ്രവർത്തകന്റെ ഫോൺ സന്ദേശം വരുന്നു. "ചേട്ടനെ ആസ്പത്രിയിലാക്കി. സാർ പെട്ടെന്നു വരണം."

ഓടിയെത്തിയത് ഞങ്ങൾ അടുത്ത രണ്ടു മൂന്നു സുഹൃത്തുക്കൾ. കാഷ്വാൽറ്റിയുടെ മുന്നിൽ അസ്തപ്രജ്ഞരായി ഭാര്യയും യൗവ്വനത്തിലേക്ക് കാലൂന്നിയ മകളും കൗമാരം കടന്ന മകനും.

ഡോക്ടർ പറയുന്നു.

"ഞങ്ങൾ പരമാവധി ശ്രമിച്ചു, പക്ഷേ..."

അതെ, രംഗബോധമില്ലാത്ത ആ കോമാളി ഹൃദയാഘാതത്തിന്റെ രൂപത്തിൽ വന്നു ഇടിത്തീ വർഷിച്ചു കഴിഞ്ഞു. ഓട്ടോറിക്ഷയിൽ നിന്നിറങ്ങി ആസ്പത്രിയിലേക്ക് നടന്നു കയറുമ്പോൾ 'ഹേയ്, എനിക്കൊന്നുമില്ലന്നേ, ഇവിടെയിരുന്നോ, ഞാനിപ്പോ വരാം' എന്നു പറഞ്ഞ് അകത്തേക്ക് കയറിയ ചേട്ടൻ അരമണിക്കൂറിനുള്ളിൽ ഒരു സ്ട്രെച്ചറിൽ നിശ്ചലനായി തിരികെയെത്തി. മനസ്സിലേക്കരിച്ചിറങ്ങിയ ഇരുളിനോട് പൊരുത്തപ്പെടാനാകാതെ ഒന്ന് ആശ്വസിപ്പിക്കാനാകാതെ, ഞങ്ങൾ പ്രതിമകളായി നിന്നു.

വരാന്തയിൽ അങ്ങേയറ്റത്ത് നിരത്തിയിട്ട കസേരകളിൽ ഉള്ളിലെരിയുന്ന കനലുമായി ഒരമ്മയും മക്കളും ഇരിപ്പുണ്ട്. ആശങ്കയും ആകാംക്ഷയും വേവലാതിയും നിറഞ്ഞ മൂന്ന് ജോടി കണ്ണുകൾ ഇപ്പോൾ എന്നെ ഉറ്റുനോക്കുകയാണ്. എന്താണ് ഞാനവരോട് പറയേണ്ടത്? അതിസമ്പന്നമായ മലയാള ഭാഷയിലെ പദാവലികളൊന്നുപോലും പിടി തരാതെ വഴുതി മാറിനിൽക്കെ ആ സ്നേഹത്തുരുത്തിനു മുന്നിൽ നിസ്സഹായനായി ഞാൻ നിന്നു. ഇരു പാർശ്വങ്ങളിലും കുട്ടികളെ ചേർത്തണച്ചൊരു വിതുമ്പൽ മാത്രമായിരുന്നു എന്റെ മറുപടി. ഒരു ഭാഷയുടേയും സഹായമില്ലാതെ ആ പരമസത്യം അവരിലേക്ക് അഗ്നിയായി പടരാൻ ആ തേങ്ങൽ തന്നെ ധാരാളമായിരുന്നു.

അന്തരിച്ച ജീവനക്കാരന്റെ സേവനാനുകൂല്യങ്ങളെല്ലാം സർക്കാരിൽ നിന്ന് വളരെ വേഗം ലഭിച്ചു. ഇനി ആശ്രിതനിയമനക്കാര്യമാണ്. എന്റെ അഭിപ്രായം തേടിയപ്പോൾ. തെല്ലൊന്നാലോചിച്ചു ഞാൻ പറഞ്ഞു.

ജോലി, പ്രായപൂർത്തിയായ മകൾക്ക് അച്ഛന്റെ സമ്മാനമായി നൽകുക. അമ്മയ്ക്കും മകനും വീടും കുറച്ചെങ്കിലും ആദായമുള്ള ഭൂമിയുമുണ്ട്. ചേട്ടന്റെ സേവനാനുകൂല്യമായി ലഭിച്ച തരക്കേടില്ലാത്ത തുകയും പോരെങ്കിൽ കുടുംബ പെൻഷനുമുണ്ട്. വിവാഹാലോചന നടക്കുമ്പോഴും ജോലിയുള്ള കുട്ടി എന്നതൊരാകർഷണഘടകം തന്നെയാണ്. ചുരുക്കത്തിൽ അച്ഛൻ സ്വപ്നം കണ്ട നല്ലൊരു ജിവിതമാകും ഇപ്പോഴെടുക്കുന്ന തീരുമാനംകൊണ്ട് അവൾക്ക്

ലഭിക്കുക. സന്തോഷത്തോടെയാണ് അവർ അനുജന്റെ സമ്മത പത്രമടക്കം എല്ലാ കടലാസ്സുകളിലും ഒപ്പിട്ടു എന്നെ ഏൽപ്പിച്ചത്. പിന്നെയേന്താണിപ്പോഴിങ്ങനെ?

കാര്യങ്ങളുടെ കിടപ്പ് പിന്നീടാണറിഞ്ഞത്. എവിടെയുമുള്ള പോലെ ചില അഭ്യുദയകാംക്ഷികളെത്തി. ജോലി മകൾക്ക് എന്നറിഞ്ഞപ്പോൾ നൂറ്റാണ്ടിലെ മണ്ടത്തരം കേട്ടപോലെയായിരുന്നുവത്രെ പ്രതികരണം. സമീപഭാവിയിൽത്തന്നെ വിവാഹിതയായി 'അന്യ' കുടുംബത്തിലേക്ക് പറിച്ചുനടുന്ന പെണ്ണിന് ജോലി കിട്ടിയിട്ട് ഈ കുടുംബത്തിനെന്തു പ്രയോജനം? അവൾ കല്യാണം കഴിഞ്ഞുപോയി ശമ്പളവും വാങ്ങി സുഖമായി കഴിയും. ഒരാൺകുട്ടിയുടെ ഭാവിയാണെന്നോർക്കണം. ഗോപിച്ചേട്ടന്റെ മരണം കൊണ്ട് ലഭിച്ച ജോലി 'അന്യാധീന'പ്പെട്ടു പോകില്ലേ? ഉപദേശം ക്രമേണ നിർദ്ദേശങ്ങളുടെ രൂപം കൈവരിച്ച് അവസാനം കുറ്റപ്പെടുത്തലുകളായി. പെൺകുട്ടി അനുജന്റെ ന്യായമായ അവകാശം തട്ടിയെടുക്കുകയാണോ എന്ന ചോദ്യം അവളോടുതന്നെ ചില രാജഭക്തർ ഉയർത്തിയപ്പോഴാണ് അമ്മയും മക്കളും കൂടി ഉറച്ചൊരു തീരുമാനവുമായി എന്റെ മുൻപിലെത്തിയത്.

ചുവരിലെ ഗ്രൂപ്പ് ഫോട്ടോയിൽ നിന്ന. ഗോപിച്ചേട്ടൻ അപ്പോഴും എന്നെ നോക്കി പതിവുള്ള പുഞ്ചിരി പൊഴിച്ചു. ഞാൻ ഹതാശനായി കസേരയിൽ പുറകോട്ടു ചാഞ്ഞിരുന്നു. പിന്നെ, സാവധാനം മേലാപ്പീസിലേക്കുള്ള കത്ത് എഴുതാൻ തുടങ്ങി.

സ്ത്രീശാക്തീകരണത്തിന്റെ പെരുമഴക്കാലമാണല്ലോ ഇത്.

■

മകൾ

"അച്ഛാ, ഈ ചേട്ടൻ പറേണത് സത്യാണോ?"

ആറു വയസ്സുകാരിയായ മകളാണ്. അല്ലെങ്കിലും പെണ്ണിന് കൊഞ്ചൽ മാറിയിട്ടില്ല. സർവ്വ പ്രതിരോധങ്ങളും തട്ടിത്തകർത്ത് ഇഹലോകത്തേക്ക് പിറന്നു വീണ ധീരവനിതയാണ്. വാശിക്കാരിയും. കലപിലാ ചോദ്യങ്ങളുമായി പൂച്ചയെപ്പോലെ മുട്ടിയുരുമ്മി എപ്പോഴും ചുറ്റുവട്ടത്തുണ്ടാവും.

ഓഡിറ്റ് റിപ്പോർട്ട് തയ്യാറാക്കുന്നതിന്റെ നൂലാമാലകളിൽ മുഷിഞ്ഞു തുഴഞ്ഞുകൊണ്ടിരുന്ന ഞാൻ അലക്ഷ്യമായി ഒന്നു മൂളി.

"ങ്ഹും."

"ങ്ഹേ, സത്യാണോച്ഛാ?"

പിടി തരാതെ ഒളിച്ചുകളിച്ചുകൊണ്ടിരുന്ന ഒരു ശമ്പളനിർണ്ണയം കെ.എസ്.ആർ ചട്ടങ്ങളുമായി ഒത്തു പോകുന്നുണ്ടോ എന്ന് ഗഹനമായി പഠിച്ചു കൊണ്ടിരുന്ന ഞാൻ വീണ്ടും മൂളി.

"ങ്ഹും."

പിന്നെ ശബ്ദമൊന്നും കേട്ടില്ല. വേറെന്തെങ്കിലും കുരുട്ടു ചോദ്യവുമായി അമ്മയ്ക്കു ചുറ്റുമുണ്ടാവും. ഞാൻ എന്റെ മനോവ്യായാമം തുടർന്നു. കുറേക്കഴിഞ്ഞ് ചായയും കൊണ്ടു പ്രത്യക്ഷപ്പെട്ട ഭാര്യയാണ് പറഞ്ഞത്.

"ങളെന്താ അവളോട് പറഞ്ഞത്?"

"എന്തേ?" അതിവിദഗ്ധമായി ഒപ്പിച്ചു വച്ച ഫിക്സേഷനിലെ കുരുക്കഴിച്ച് തീരാതെ വിഷണ്ണനായിരുന്ന ഞാൻ അലക്ഷ്യമായി ചോദിച്ചു.

"ങളൊന്ന് തല പൊക്കണുണ്ടോ? കുഞ്ഞിപ്പെണ്ണതാ കട്ടിലിക്കെടന്ന് കരയണ്ട്."

ആ 'വദനാംബുജം വാടുന്ന'തെനിക്ക് സഹിക്കുന്ന കാര്യമല്ല. ശ്ശെട പാടെ, ഇതിനു മാത്രം എന്തുണ്ടായി? റിപ്പോർട്ടും കുന്തവും

കൊടച്ചക്രവുമെല്ലാം അവിടെയുപേക്ഷിച്ച് ചായ ഗ്ലാസ്സുമെടുത്ത് ഞാൻ നേരെ മുറിയിലേക്ക് നടന്നു. അവിടെതാ എന്റെ താമരത്തുമ്പി കമഴ്ന്നു കിടന്നു ഏങ്ങലടിക്കുന്നു.

"അമ്മൂ."

മിണ്ടാട്ടമില്ല. കരച്ചിൽ കർക്കടകത്തിലെ ചാറ്റൽമഴപോലെ ശക്തി പ്രാപിക്കുകയാണ്.

"അച്ഛന്റെ ചുന്നര്യല്ലേ? എന്തിനാ കരയണേന്നു പറ."

ബലം പിടിച്ചു കമഴ്ന്നു കിടന്ന അവളെ പൊക്കിയെടുത്ത് വെറ്റേറാൻ അങ്കത്തലത്തിലിരുത്തി മുടിയിഴകൾ മാടിയൊതുക്കി. കൈകളിൽ നനവു പടരുന്നു. മുഖം പിടിച്ചുയർത്തിയപ്പോൾ കൈതവം കാണാകണ്ണുകൾ കണ്ണുനീർത്തടാകമായിരിക്കുന്നു, എന്റെ ഉള്ളിൽ എന്തോ ഒന്ന് കൊളുത്തി വലിച്ചു. കണ്ണീർ തുടച്ച് മൂർദ്ധാവിൽ ചുംബിച്ച് നേഞ്ചോട് ചേർത്തിരുത്തി ഞാൻ ചോദ്യമാവർത്തിച്ചു.

"അച്ഛന്റെ പൊന്നുങ്കൊടം ന്തിനാ കരേണതെന്നു പറ."

"ചേട്ടൻ പറയാണ്..." മുഖമുയർത്തി തെരുതെരെ ഉയർന്നു വരുന്ന തേങ്ങലുകളാൽ പറഞ്ഞു വന്നത് മുഴുവനാക്കാൻ കഴിയാതെ അവൾ എന്നെ സങ്കടപ്പെട്ട് നോക്കുകയാണ്.

"എട്ടനെന്താ പറഞ്ഞേ, അവനെയിന്നു ഞാൻ..."

"ഏട്ടൻ പറയാണ്, ന്നെ അച്ഛന് അങ്ങാടീന്ന് പൂരത്തിന്റന്ന് തവിട് കൊടത്ത് വാങ്ങിതാന്ന്. ന്നട്ട്, പാവം തോന്നീട്ട്, അച്ഛൻ ബടെ കൊണ്ടന്ന് വളത്തീതാന്ന്."

അപ്പൊ അതാണ് കാര്യം. ഉള്ളിൽ കൊളുത്തി വേദനിപ്പിക്കുന്ന ഈ അസ്തിത്വ പ്രശ്നമാണ് എന്നോട് വന്നു ചോദിച്ചുറപ്പിച്ചപ്പോൾ ഞാൻ മൂളി ശരിവച്ചത്. ആ കുഞ്ഞുമനസ്സ് നീറാൻ ഇനി വേറെന്തു വേണം? അഗാധതയിൽ നിന്നുയർന്നു വന്ന ചിരിയെ തൊണ്ടയിൽ കുരുക്കിയിട്ട് ഞാൻ അവളോട് പറഞ്ഞു.

"ഏട്ടൻ അമ്മൂനെ കളിപ്പിക്കാൻ പറേണതല്ലേ, അമ്മു അച്ഛന്റെ പുന്നാരമോളല്ലേ?"

"ന്നട്ട് നിക്ക് ഒരു ഭംഗീല്യാന്നു പറഞ്ഞൂലോ."

"ആരു പറഞ്ഞു, അമ്മൂന് അച്ഛന്റെ ഛായാണ് കിട്ടീത്. നല്ല സുന്ദരിക്കുട്ട്യാണല്ലോ?"

"ആഹാ, അച്ഛൻ സുന്ദരനാണന്നാരാ പറഞ്ഞേ?"

ഈ ചോദ്യം അലമാരയിലെ അണ്ഡകടാഹത്തിൽ എന്തോ തിരയുന്ന ഭാര്യയുടെ വകയാണ്. അനുബന്ധമായി വന്ന അമർത്തിയ ചിരി ഞാൻ കേട്ടില്ലെന്നു വച്ചു.

“ന്റെ മൂക്ക് ചപ്പിയ മൂക്കാന്നും നെറോല്യാന്നും പറഞ്ഞു.”

“അപ്പോ, ഒറപ്പായും അച്ഛന്റെ ഛായ തന്ന്യാ.”

വിണ്ടും അണ്ഡകടാഹത്തിൽ നിന്നാണ് അശരീരി. കൂട്ടിന് ചില്ലു ഗ്ലാസുടഞ്ഞ ചിരിയും. തോമാ ഈ കേസ് അവധിക്കു വയ്ക്കുകയാണ്.

“ഏയ്, അച്ഛന്റമ്മൂന് നല്ല എള്ളിൻ പൂവുപോലത്തെ സുന്ദരൻ മൂക്കാണ്. നല്ല കണ്ണാണ്. നല്ല ചുണ്ടാണ്. നല്ല നെറോണ്ട്. അല്ലേലും എട്ടനെപ്പോലെ ഈ ചൊമര് വെള്ളയടിച്ച ജാതീരുന്നാ എന്തിനു കൊള്ളാം? അച്ഛൻ അമ്മൂന് നല്ല മൂക്കുത്തി വാങ്ങി ഇട്ടു തരാംട്ടോ.”

“സത്യായിട്ടും?”

നീർമിഴിപീലികളുയർത്തി നിറകൺചിരിയോടെ അവൾ ചോദിച്ചു. അത്ഭുതവും സന്തോഷവും കൊണ്ട് നക്ഷത്രം പോലെ പ്രകാശിക്കുന്ന മിഴികൾ.

അതങ്ങനെ കഴിഞ്ഞു. ഞാനെന്റെ യുദ്ധരംഗത്തേക്കും അവളവളുടെ ശൈശവലീലകളിലേക്കും മടങ്ങി. അത്താഴം കഴിഞ്ഞ് നെഞ്ചിൽ പറ്റിക്കിടന്ന് നീലക്കുറുക്കന്റെ കഥയിലൂടെ തുഴഞ്ഞു നീങ്ങുന്നതിനിടയിൽ മുഖമുയർത്താതെ അവൾ വിളിച്ചു.

“അച്ഛാ.”

“ന്താമ്മൂ?”

“അച്ഛൻ മൂക്കുത്തി വാങ്ങാൻ പോവുമ്പോ ഇത്തിരി എള്ളിൻ പൂവ് കൊണ്ടരോ?”

“എന്തിന്?”

“ന്റെ മൂക്ക് അതുപോല്യാണോന്ന് നോക്കാനാ!”

ഉയർന്നു വന്ന ചിരി ഇത്തവണ ഞാനടക്കിയില്ല.

കഥാപ്രസംഗക്കാരുടെ വായ്ത്താരി പോലെ വേനലും മഞ്ഞും മഴയുമായി കാലം കുറേ കടന്നു പോയി. അന്നത്തെ ഏഴു വയസ്സുകാരി പഠിച്ചു, വളർന്നു, വിവാഹിതയായി, അമ്മയായി. ആസ്പത്രിയിൽ, ഇഹലോകത്തെ കാപട്യങ്ങളോട് സമരസപ്പെടാതെ മിഴി പൂട്ടിയുറങ്ങുന്ന കുഞ്ഞിളംപൈതലിനെ കണ്ടു. പിന്നീട് മകൾക്കരികിലെത്തി ശിരസ്സിൽ തലോടി ഞാൻ വെറുതെ ചോദിച്ചു.

“നിന്റെ മോൾക്കും എള്ളിൻപൂവ് മൂക്കാണല്ലോടീ.”

ഒരു നിമിഷം പകച്ചെങ്കിലും നീലമിട്ടു തുടച്ച ഓർമ്മച്ചില്ലിലൂടെ സ്മരണകൾ അരിച്ചെത്തിയപ്പോൾ ആ മുഖം വിടർന്നു. അവളെന്റെ കരം കവർന്നു നെഞ്ചോട് ചേർത്തു. ശേഷം പ്രസവാലസ്യം നിഴൽ വീഴ്ത്തിയ മുഖത്ത് വിളറിയ ചന്ദ്രിക പോലെ ആ ചിരി വിരിഞ്ഞു. അന്നത്തെ നിഷ്കളങ്കമായ അതേ നിറകൺചിരി. ■

പിൻവിളികളുടെ അർത്ഥശാസ്ത്രം

ഈ വഴി വന്നിട്ട് രണ്ടു പതിറ്റാണ്ട് കഴിഞ്ഞുവെങ്കിലും സീതയ്ക്ക് സംശയമൊന്നുമില്ല. ബസ്സിറങ്ങിയാൽ ഇടത്തേക്കുള്ള രണ്ടാമത്തെ ഇടവഴി. അന്നത് ചെമ്മൺ നിരത്തായിരുന്നു. പിന്നീട് കറുത്ത കുപ്പായമണിഞ്ഞ് ഇപ്പോൾ ടൈൽ വിരിച്ചിരിക്കുന്നു. ഇരുവശത്തു മുണ്ടായിരുന്ന വേലികളിൽ പടർന്നുകയറിയ വള്ളിച്ചെടികളും സസ്യ ജാലവും വിവിധ നിറങ്ങളണിഞ്ഞ മതിലുകൾക്ക് വഴി മാറി. നൂറടി നടന്നാൽ പച്ചച്ചായമടിച്ച, കുറ്റിയിൽ തിരിയുന്ന ആർഭാടമൊന്നു മില്ലാത്ത ഗേറ്റു കടന്ന് സീത കണ്ണുകെട്ടിയാലും കൃത്യമായി ആ വീട്ടുമുറ്റത്ത് ചെന്ന് നിൽക്കും. സീതയുടെ നിശ്വാസവും അവൾ നനച്ചു വളർത്തിയ മുല്ലയുടേയും പനിനീർപുഷ്പങ്ങളുടേയും സമ്മിശ്രഗന്ധമിയന്ന മുറ്റം. പൈപ്പും മോട്ടറുമൊക്കെ വന്നിട്ടും ഒരു പാള വെള്ളം കോരി മുഖം കഴുകി രണ്ടു മൂന്ന് കൈക്കുമ്പിൾ വെള്ളം ഇറങ്ങിയതിന്റെ കുളിര് അന്നനാളത്തിനറ്റം വരെ പടർന്നിറങ്ങുതാ സ്വദിച്ചിട്ടേ അവൾ വാതിൽ തുറന്നകത്ത് കയറൂ. അത് അവൾ വീടിനോടൊപ്പം വിലപ്പെട്ടതെല്ലാം പിന്നിലുപേക്ഷിച്ചിറങ്ങിയ കാലത്തെ വീട്.

പക്ഷേ, പച്ചച്ചായമടിച്ച ഗെയ്റ്റും രണ്ടു മുറിയും ഹാളും അടു ക്കളയുമുണ്ടായിരുന്ന സീതയുടെ വീടും അയൽവക്കങ്ങളിലെ മൂന്നു നാലു വീടുകളും ഒരുമിച്ച് വാങ്ങിയ അട്ടയുടെ കണ്ണു കണ്ട ഏതോ കരാറുകാരനവിടെ അഞ്ച് നിലകളിലായി 20 ഫ്ളാറ്റുകൾ പണിതി രിക്കുന്നു. ഇരുപതു വർഷം മുമ്പ് അതിനുള്ള സമ്മതപത്രവും ഒപ്പിട്ട് കൊടുത്തതിന്റെ പിറ്റേ മാസമാണ് അവളാ പടികളിറങ്ങിയത്. പൊളിച്ചു മാറ്റിയ വീടുകളിലെ താമസക്കാർക്ക് ഫ്ളാറ്റുകൾ നൽകി യിട്ടും മുതലാളിക്ക് ലാഭം തന്നെയാവണം.

ലേശം ആയാസപ്പെട്ട് രണ്ടാം നിലയിലെത്തി എട്ടാം നമ്പർ ഫ്ളാറ്റിന് മുമ്പിൽ നിന്ന് കോളിംഗ് ബെല്ലടിക്കുമ്പോൾ അതുവരെ യില്ലാതിരുന്ന ഒരു മൗഢ്യം തന്നെ വന്ന് പൊതിയുന്നതവളറിഞ്ഞു.

"കമിൻ..."

മുഴക്കമുള്ള അതേ ശബ്ദം വർഷങ്ങൾക്കുശേഷം ഇത്രയരികിൽ നിന്ന് കാതിലെത്തിയപ്പോൾ ഉള്ളിലുയർന്ന കുതിപ്പ് ശാസിച്ചടക്കി അവൾ അകത്ത് കടന്നു. ബെഡ്റൂമിലെ കട്ടിലിൽ ഉയർത്തി വച്ച തലയിണകളിൽ ഹാളിലേക്ക് ഉറ്റുനോക്കുന്ന ആ മുഖം.

ഷേവ് ചെയ്യാത്ത വല്ലാതെ നരപടർന്ന മുഖത്തെ തൂങ്ങിയ കവിളുകൾ. പ്രകാശം വറ്റിയ പരീക്ഷീണമായ മിഴികളിൽ അത്ഭുതമാണോ സന്തോഷമാണോ എന്ന് വേർതിരിച്ചറിയാനാത്ത ഭാവം. ഗ്രാമഫോണിൽ നിന്നുതിർന്നൊഴുകിപ്പരക്കുന്ന ഗസലിന്റെ ഈണങ്ങൾ. ഇതിനു മുമ്പ് കണ്ടത് പത്തുവർഷം മുമ്പാണ്. അച്ഛൻ പറന്നകന്ന ദിവസം വന്നെത്തിയ അനേകരിലൊരാളായി.

"സീത ഇരിക്കൂ."

ചുമരോട് ചേർത്തിട്ടിരുന്ന സിങ്കിൾസെറ്റി ചൂണ്ടിക്കാട്ടിയിട്ട് അയാൾ തുടർന്നു.

"വരുമോന്നെനിക്ക് സംശയമുണ്ടായിരുന്നു."

സംശയവും തീരുമാനമില്ലായ്മയും പിന്നെ കൂടപ്പിറപ്പാണല്ലോ.

മനസ്സിലുരുവിട്ട് അവളയാളെ നോക്കി. ജന്മങ്ങൾ പിന്നിലേക്ക് വരെ നീളുന്ന ആ കൂർത്ത നോട്ടം നേരിടാനാകാതെ അയാൾ മിഴികൾ ജാലകത്തിനപ്പുറം അടിമുടി പൂവിട്ട് നിൽക്കുന്ന കൊന്നയിലേക്ക് പറിച്ചുനട്ടു.

"തനിച്ചാണോ?"

ഉത്തരമറിയാമെങ്കിലും സീതയുടെ ചോദ്യം ഉതിർന്നു വീണു.

"ഒരു പയ്യനുണ്ട്, പുറത്ത് പോയിരിക്കുന്നു. അവൻ വന്നാലൊരു കാപ്പി തരാമായിരുന്നു. സീത കാപ്പിക്കാരിയാണല്ലോ ല്ലേ?"

ചിരി വരുത്താൻ ശ്രമിച്ച് ദയനീയമായി പരാജയപ്പെടുത്ത മുഖത്തു നിന്നും സീതയുടെ മിഴികൾ പൊടുന്നനെ ജാലകക്കാഴ്ചകളിലേക്ക് തെന്നിമാറി.

"എന്തിനാണ് വരാൻ പറഞ്ഞത്?"

കണ്ണുകളിൽ ആവുന്നത്ര അപരിചിതത്വം വാരിയണിഞ്ഞ് അവൾ ചോദിച്ചു.

അയാൾ തലയിണയിലേക്ക് പൂർണ്ണമായും ചാരി കഴുത്ത് പിന്നിലേക്ക് വളച്ച് മച്ചിലേക്ക് നോക്കിക്കിടന്നു പറയാൻ തുടങ്ങി.

"സീത ഏതെങ്കിലും വഴിക്കറിഞ്ഞോ എന്നറിയില്ല. എന്റെ ഹൃദയമൊന്ന് പിണങ്ങി. ആഞ്ചിയോ ചെയ്തു. ഡോക്ടേഴ്സ് പറയുന്നത്

മൂന്നിലധികം ബ്ലോക്കുകളുണ്ടെന്നാണ്. ലെഫ്റ്റ് കൊറോണറി ആർട്ടറിയിലുമുണ്ടത്രെ. ഒരു ബൈപാസ് കൂടിയേ തീരൂ."

പ്രതികരണമറിയാനെന്നോണം അയാൾ അവളെ നോക്കി. ഇക്കുറി ഇരമ്പിയാർത്തു വന്ന തിരമാലകളെ തടയാനവൾ മിനക്കെട്ടില്ല.

"സോ, ആശുപത്രിയിൽ കൂടെ നിൽക്കാനും പിന്നെ പരിചരണത്തിനും പഴയ ഭാര്യയായാൽ നന്നെന്നു തോന്നി, അല്ലേ?"

അവൾ ഭാവഭേദമില്ലാതെ ചോദ്യമെറിഞ്ഞു. ക്രൂരമായ സംതൃപ്തിയോടെ അയാളുടെ കണ്ണുകളിലേക്ക് നോക്കി.

"നോ സീതാ നോ."

തീക്ഷ്ണവേദനയാലെന്നോണം അയാൾ കണ്ണുകളിറുക്കിയടച്ചു. മനസ്സ് വല്ലാതൊന്ന് പിടഞ്ഞിട്ടുണ്ടാവണം.

"അതു ഞാനാഗ്രഹിച്ചില്ല. അത്രയ്ക്കുള്ള അർഹതയില്ലെന്ന ബോധം എനിക്ക് ബാക്കിയുണ്ട്."

"എന്റെ കുറവുകളൊന്നും പരിഹരിക്കപ്പെട്ടിട്ടില്ല. അതറിയാവുന്നതുകൊണ്ട് വേറെ തൊഴുത്തന്വേഷിച്ചുമില്ല. എനിക്കിനിയും പ്രസവിക്കാൻ കഴിയുകയുമില്ല."

ആത്മരോഷം വെട്ടിത്തിളച്ച് പതഞ്ഞുയർന്ന് ലാവയായി പുറത്തേക്കൊഴുകുന്നത് തടയാനാകാതെ സീത കിതച്ചു. അഞ്ചു വർഷം ഒരുമിച്ച് ജീവിച്ചിട്ടും ഗർഭിണിയാകാത്തതിലുള്ള വീട്ടുകാരുടെ രോഷം. ഏറെ ആഗ്രഹിച്ച് വർഷങ്ങളുടെ പരിശ്രമഫലമായി കിട്ടിയ ജോലി രാജിവച്ച് ചികിത്സിക്കണമെന്ന ആജ്ഞ ധിക്കരിച്ചതിനുള്ള ശിക്ഷ. വീട്ടുകാരും ബന്ധുക്കളും ശാപവാക്കുകളും ഭീഷണിയുമായി വന്നപ്പോഴും ഒരക്ഷരം പറയാത്ത, ചേർത്തുപിടിക്കാത്ത മൂകസാക്ഷിയായി ഈ മനുഷ്യൻ. തൊണ്ടയിൽ കുരുങ്ങിയ തേങ്ങലോടെ, പക്ഷേ ഉറച്ച കാൽവെപ്പുകളോടെ പടിയിറങ്ങിയ നാൾ മുതൽ എന്നെങ്കിലും ഈ മുഖത്തെറിയാൻ ഉരുവിട്ട് പഠിച്ച കുറേ വാക്കുകളിനിയുമുണ്ട്.

ദുർബ്ബലമായ ഇടംകയ്യുയർത്തി അവളെ തടഞ്ഞ് അയാൾ കിതച്ചു. കുതിച്ചുയരുന്ന ചുമയാൽ ശ്വാസം മുട്ടുന്നതവഗണിച്ച് അയാൾ തുടർന്നു.

"ഒരാളെ എത്ര അടുത്തറിയാമെന്ന് കരുതുമ്പോഴും നമുക്ക് കാണാനാവാത്ത ചില ഇടങ്ങളുണ്ട് സീതേ. നമ്മളിതൊക്കെ പഠിക്കാനേറെ വൈകി. നൗ ഇറ്റീസ് ടൂ ലേറ്റ്. പിന്നേ, എന്റെ ഹോസ്പിറ്റലൈസേഷനും നഴ്സിംഗുമൊക്കെ. അതൊക്കെ വേണ്ടി വന്നാൽ തന്നെ ആരെങ്കിലുമൊക്കെ ഉണ്ടാവും. ഡോണ്ട് വറി?"

അയാളുടെ ആർദ്രമായ മുഖത്ത് നിസ്സഹായതയിൽ നിന്നുരുത്തിരിയുന്ന ഒരുതരം പുഞ്ചിരി വിടരാനൊരുങ്ങി പാതി വഴി വാടിപ്പോകുന്നതവൾ കണ്ടു. ഒരിക്കൽ ജീവനേക്കാൾ സ്നേഹിച്ച മനുഷ്യനാണ്. പരസ്പരം കണ്ണിൽക്കണ്ണിൽ നോക്കി ഒരുപാട് സ്വപ്നങ്ങൾ പങ്കുവച്ചവരാണ്. ഈ മുഖത്തെ ദൈന്യത കണ്ടു നിൽക്കേ ഉള്ളിലെന്തോ ചോർന്നുപോകുന്നു. ഉരുക്കുപാളികളാൽ ചേർത്തടച്ച മനസ്സിന്റെ വാതിൽ ശാസനകൾ ചെവികൊള്ളാതെ അനായാസം തുറന്നടയുന്നതവളറിയുന്നുണ്ട്.

അർജിത് സിംഗിന്റെ ആർദ്രമായ ശബ്ദത്തിൽ ഗസൽ ഒഴുകിക്കൊണ്ടേയിരുന്നു.

രിസ്തോം കേ സാരേ മൻസർ...
ചുപ് ചാപ് ദേഖ്ത്താ ഹും.
ഉജ്ഡാ ഹുവാ വൊ സൊ ഖർ
ചുപ് ചാപ് ദേഖ്ത്താ ഹും...

അയാൾ ആയാസപ്പെട്ട് എഴുന്നേറ്റിരുന്നു. സൈഡ് ടേബിളിൽ നിന്ന് ഒരു ഫോൾഡറെടുത്തു നീട്ടി.

"ഞാൻ വിളിപ്പിച്ചത് ഈ ഡോക്യുമെന്റ്സ് സീതയെ ഏൽപ്പിക്കാനാണ്. ഈ ഫ്ളാറ്റ് സീതയുടെ സിങ്കിൾ ഓണർഷിപ്പിലേക്ക് മാറ്റി. പഴയ വീടിന് സീതയുടെ പങ്കുമുണ്ടല്ലോ. മാത്രമല്ല, ജോയിന്റോണർഷിപ്പാവുമ്പോൾ എന്റെ വീട്ടുകാർ അവകാശം പറഞ്ഞു വന്നെന്നു വരും."

ഒന്ന് നിർത്തി അയാൾ തുടർന്നു.

"സീതയ്ക്ക് തിരക്കുണ്ടാവുമല്ലേ? പൊയ്ക്കോളൂ. അവനിങ്ങ് വന്നാൽ ഡ്രോപ് ചെയ്യാൻ പറയാം. അവൻ ഹോംനഴ്സും കുക്കും ഡ്രൈവറുമൊക്കെയാണ്. ത്രീ ഇൻ വൺ."

അയാൾ വീണ്ടും പരാജയപ്പെടുമെന്നുറപ്പുള്ള ചിരി വിടർത്താൻ ശ്രമിച്ചു. പിന്നീട് തലയിണയിലേക്ക് അവശതയോടെ ചാരിയിരുന്നു.

നിറയെ പൂത്ത കൊന്നയെ ചെറുതായി ഊയലാടിച്ച് ഒരു തണുത്ത കാറ്റ് സീതയെ തഴുകിയകന്നു പോയി. തന്റെ പോർമുനകളെല്ലാം ഒടിഞ്ഞിരിക്കുന്നു. ഉള്ളിലെ കനലുകളണഞ്ഞ് മനസ്സിന്റെ ആഴങ്ങളിൽ ഉറവ പൊട്ടുന്നതറിയുന്നുണ്ട്. പക്ഷേ, ഇത്തവണ അതൊരു അണകെട്ടിത്തടയാനവളൊരുമ്പെട്ടില്ല. അത് മണൽച്ചിറയാവുമെന്നവൾക്ക് നന്നായറിയാം.

അവൾ സെറ്റിയിൽ നിന്നെഴുന്നേറ്റ് അയാൾക്കരികിലെത്തി. ഫോൾഡർ വാങ്ങി മേശയിൽ തന്നെ തിരിച്ച് നിക്ഷേപിച്ച് ജലമറ

തീർത്ത ആ മിഴികളിലേക്കുറ്റു നോക്കി. വിയർപ്പ് പൊടിഞ്ഞ നെറ്റിത്തടം. വരണ്ട വിറയ്ക്കുന്ന അധരങ്ങൾ. അബോധത്തിലെന്നോണം അവൾ സാരിത്തലപ്പുകൊണ്ടാ വിയർപ്പ് ഒപ്പിയെടുത്തു.

ഗുലാം അലി അപ്പോഴും പാടിക്കൊണ്ടിരുന്നു.

"ചുപ്കേ ചുപ്കേ രാത് ദിൻ
ആംസു ബഹാനാ യാദ് ഹേ...
ഹം കൊ അബ്തക് ആഷ്കി കാ
വോ സമാനാ യാദ് ഹേ..."

വെൺപട്ടിൽ സ്വർണ്ണനൂലുകൾ കൊണ്ടുള്ള ചിത്രപ്പണിയിൽ മുഴുകിയ ആകാശമേലാപ്പിനെ മുട്ടിയുരുമ്മുന്ന കടുംനീലപ്പ് കലർന്ന പച്ചയുടുത്ത മലനിരകൾ പോക്കുവെയിലേറ്റ് തിളങ്ങുന്നു. ഒഴുകി നീങ്ങുന്ന വെൺമേഘങ്ങൾ. സുഖകരമായ തണുത്ത കാറ്റും പ്രശാന്തസുന്ദരമായ പ്രകൃതിയും നൽകുന്ന ഉണർവ്വ് ചെറുതല്ല. ഇതെല്ലാം സാധ്യമാക്കുന്നത് സീതയുടെ സാന്നിധ്യവും.

തന്റെ ബൈപാസ് സർജറിക്ക് ശേഷമുള്ള ആദ്യ യാത്രയാണ്. ഈ മലയടിവാരത്തിലേക്കാവണമതെന്ന നിർദ്ദേശം സീതയുടേതായിരുന്നു. വിവാഹശേഷം ആദ്യയാത്രയും ഇവിടേക്കായിരുന്നല്ലോ. മൂന്നു മാസങ്ങളായുള്ള അലച്ചിലും പരിചരണവും അവളെ നന്നേ തളർത്തിയിട്ടുണ്ട്. മദ്ധ്യവയസ്സിന്റെ സ്വാഭാവിക ആരോഗ്യ പ്രശ്നങ്ങൾ അവൾക്കുമുണ്ട്. പരിചാരകനെ പറഞ്ഞയയ്ക്കേണ്ടന്നതും അവളുടെ തീരുമാനമായിരുന്നു.

കൽപ്പടവുകൾ ലേശം ആയാസപ്പെട്ടാണവൾ കയറുന്നത്. എന്നാൽ നോവും പക്ഷികളുടെ ചിറകടി, ഉത്സാഹഭാവം നിലനിർത്താൻ പാടുപെടുന്ന മുഖത്ത് നിഴലിക്കുന്നതറിയാനാവുന്നുണ്ട്.

ഒപ്പമെത്തി ഓരത്തെ വലിയ കരിങ്കല്ലിലിരുന്ന് നര കയറിത്തുടങ്ങിയ മുടിയിഴകൾ മാടിയൊതുക്കി ഇന്ദ്രനീലപ്പുതപ്പണിഞ്ഞ മലനിരകളെ നോക്കി അവൾ പറഞ്ഞു.

"പണ്ട് വന്നപ്പോൾ ഇതിലും ഭംഗീണ്ടാർന്നു."

ശരിയായിരിക്കാം. അന്ന് കരുത്തുള്ള ശരീരവും മന്മഥനാവേശിച്ച മനസ്സും കാട്ടിത്തരുന്ന കാഴ്ചകളെല്ലാം അതിമനോഹരമായിരുന്നിരിക്കണം.

താഴെ കൽപ്പടികൾ തുടങ്ങുന്നിടത്തെ മൺനിരത്തിലൂടെ തൊട്ടുരുമ്മിയും തമ്മിൽ ചുറ്റിപ്പിടിച്ചും ഒഴുകി വരുന്ന യുവമിഥുനങ്ങളെ നോക്കി അയാളിരുന്നു. പെൺകുട്ടി കലപിലാ സംസാരിക്കുന്നുണ്ട്.

അവനാകട്ടെ, അവളുടെ പാറിപ്പറക്കുന്ന മുടിയിഴകൾ മാടിയൊതുക്കി എല്ലാം കേട്ട് തലകുലുക്കുന്നു.

"എന്നാ മുമ്പ് വന്നേ ന്ന് ഓർമ്മേണ്ടോ?"

നേരിയ കിതപ്പ് അവളുടെ ശബ്ദത്തിൽ നിന്നയാൾ ഒപ്പിയെടുത്തു. ഉയർന്നുതാഴുന്ന നെഞ്ചും ശ്വാസഗതിയും തൊട്ടറിഞ്ഞ് അയാൾ കുറ്റബോധത്തിന്റെ വാല്മീകത്തിലൊളിച്ചു.

അയാൾ പറയാൻ വന്ന വാക്കുകളെ തൊണ്ടയിൽ കുരുക്കിയിട്ട് അവൾക്കരിക്കിലിരുന്ന് കരങ്ങൾ കവർന്നു.

"അന്നിത്ര തണുപ്പുണ്ടാർന്നില്ലല്ലേ."

സ്വെറ്ററിന് മേൽ കഴുത്തും സാരിത്തലപ്പുകൊണ്ട് പൊതിഞ്ഞ് അവൾ പറഞ്ഞു.

യുവമിഥുനങ്ങൾ അവർക്കരികിലെത്തി. അവനിപ്പോഴവളെ പൊതിഞ്ഞു പിടിച്ചിട്ടില്ല. അപരിചിതരുടെ സാന്നിദ്ധ്യമറിഞ്ഞ് അവളും സങ്കോചത്തോടെ തെല്ലകന്നു നിൽക്കുകയാണ്.

"ഗുഡ് ഈവനിംഗ് ആന്റി."

ചടുലമിഴികൾ കൊണ്ടൊന്നുഴിഞ്ഞ് നവവധു അഭിവാദ്യം ചെയ്തു. അവളാകട്ടെ, പെൺകുട്ടിയുടെ കരം കവർന്ന് ഹൃദ്യമായി ചിരിച്ചു. ചിരിക്കുമ്പോഴുള്ള മിഴികളിലെ തിളക്കവും കവിളുകളിലെ അരുണിമയും അമ്പതുകളുടെ ആദ്യപാദത്തിലും മാഞ്ഞിട്ടില്ലെന്നയാൾ കണ്ടെടുത്തു.

കുട്ടികൾ വളവ് തിരിഞ്ഞ് മറയുന്നത് അയാൾ നോക്കി നിന്നു. അവളുടെ മാന്തളിർ പോലുള്ള കരങ്ങൾ വീണ്ടുമവന്റെ അരക്കെട്ടിലൂടെ ചുറ്റിവരിഞ്ഞിരിക്കുന്നു. അവനാകട്ടെ, ഉറപ്പിനെന്നോണം അവളെ ഇടംകയ്യാൽ ചേർത്ത് പിടിച്ചിട്ടുണ്ട്.

തിരികെ ഫ്ളാറ്റിലെത്തിയപ്പോൾ മുതൽ അവളെടുത്തണിഞ്ഞ മൗനം അവർക്കിടയിലൊരു നിശ്ചലതടാകമായി മാറിയിരുന്നു. അയാൾ പറഞ്ഞു.

"ഇരുപത്തിരണ്ട് വർഷങ്ങൾ സീതേ..."

എന്തെന്ന് തിരിയാതെ പുരികക്കൊടികൾ ഇന്ദ്രധനുസ്സുകളാക്കി അവളയാളെ നോക്കി.

"സീത ചോദിച്ചില്ലേ, മുമ്പ് നമ്മൾ അവിടെ പോയതെന്നാണെന്ന്?" അയാൾ ചോദിച്ചു.

"ഇരുപത്തിരണ്ട് വർഷം." അവൾ ഉരുവിട്ടുകൊണ്ടിരുന്നു. "ഇരുപത്തിരണ്ട് വർഷം."

അയാൾക്ക് കടുത്ത ആത്മനിന്ദ തോന്നി. ഈ വാക്കുകൾക്ക് മുന്നിൽ നിഷ്പ്രഭമാകുന്ന അരനൂറ്റാണ്ടിലധികം കാലത്തെ തന്റെ ജീവിതം. കാൽച്ചുവട്ടിലെ ഇരുട്ടകറ്റാനാവാതെ ചുറ്റും പ്രകാശം പരത്തി ഉരുകിത്തീർന്ന മെഴുകുതിരി. വേണ്ടത് വേണ്ടപ്പോൾ പറയാനും ചെയ്യാനുമാകാതെ മൗഢ്യം പൂണ്ട് എന്തിനെന്നറിയാതെ ആഹൂതി ചെയ്യപ്പെട്ട രണ്ടു ജീവിതങ്ങൾ. തന്റെ നിഷ്ക്രിയത്വം മൂലം അവളേറ്റുവാങ്ങിയ ഇരുപതു വർഷം നീണ്ട ഒറ്റപ്പെടൽ. അയാളവളെ സാകൂതം നോക്കിയിരുന്നു.

പ്രിയപ്പെട്ടവളേ, നമ്മളെങ്ങനെയാണ് പുണർന്നൊന്നായിരുന്നത്?

ആരുമൊരു ആലിംഗനം കൊതിക്കുന്ന നിന്റെ പേലവ കരവലയത്തിലമർന്ന്, ഇടംകൈയിലമർന്ന മേനി നേഞ്ചോട് ചേർത്ത് മുടിയിഴകൾ മാടിയൊതുക്കി കാതിൽ തേൻമഴ പെയ്യിച്ച്, മടിയിലേക്ക് ശിരസ്സ് ചായ്ച്ച് നിന്റെ ഇടംകൈ നെഞ്ചോട് ചേർത്ത്, മുഖത്തോട് മുഖം ചേർത്ത് മുലപ്പാൽ ഗന്ധമുള്ള നിന്റെ നിശ്വാസമേറ്റ്, എങ്ങനെയായിരുന്ന് നമ്മളവസാനം ആലിംഗനബദ്ധരായത്?

അയാളുടെ ശിരസ്സ് കുറ്റബോധം കലർന്ന ചിന്താഭാരത്താൽ കുനിഞ്ഞിരുന്നു.

അയാളുടെ നരച്ച മുടിയിഴകളിൽ മുഖമമർത്തി കുഞ്ഞിനെയെന്നോണം നെഞ്ചോട് ചേർക്കാനൊരു നിമിഷം കുതിച്ച മനസ്സിനെ ശാസിച്ച് വരുതിയിലാക്കി സീത അയാൾക്കഭിമുഖമായി കസേരയിലിരുന്നു. ആദ്യമായി ഇവിടെ വന്നപ്പോഴിരുന്ന അതേ കസേരയിൽ.

ദിവസങ്ങളായി വെട്ടിയും തിരുത്തിയും കൂട്ടിച്ചേർത്തും മനസ്സിൽ കുറിച്ച വാക്കുകൾ പതഞ്ഞൊഴുകിയുയരുന്ന വികാരത്തിരകൾ മായ്ച്ചുകളയാനനുവദിക്കാതെ അവൾ പറയാൻ തുടങ്ങി.

“ഞാനിറങ്ങുന്നു വിനോദ്. വിനോദിനൊരു താങ്ങാവശ്യമുള്ള സമയത്ത് വന്നു. അത് കഴിഞ്ഞു. ഇനി എന്റെ ആവശ്യം ഇവിടെയില്ല.”

സ്തബ്ധനായി തന്നെ നോക്കുന്ന അയാളുടെ മിഴികളിൽ തറച്ച് നോക്കി അവൾ തുടർന്നു.

“എനിക്കെന്റെ മനസ്സാക്ഷിയോട് ഉത്തരം പറയേണ്ടതുണ്ട് വിനോദ്. ഇരുപതു കൊല്ലം മുമ്പ് ഒരു പിൻവിളിയാഗ്രഹിച്ച മനസ്സ് കുറേയേറെക്കാലം ഞാൻ സൂക്ഷിച്ചിരുന്നു. അതുണ്ടാവില്ലെന്നുറപ്പായപ്പോൾ ഞാനത് ഏറെ പണിപ്പെട്ടാണെങ്കിലും മായ്ച്ചു കളഞ്ഞു. പിന്നെയെന്തിനിപ്പോഴെന്ന ചോദ്യമെനിക്ക് വായിക്കാനാവുന്നുണ്ട്.

അഞ്ചു വർഷം ഞാനനുഭവിച്ച സ്നേഹത്തിന്റെ, സുരക്ഷിതത്വത്തിന്റെ കടപ്പാടെന്ന് കരുതിയാൽ മതി. ഒന്നോർക്കണം. ഞാൻ ദമയന്തിയല്ല, സീതയാണ്."

വിഹ്വലദൃഷ്ടികളോടെ എന്തോ പറയാനൊരുങ്ങുന്ന അയാളെ വലംകൈ ഉയർത്തി നിശ്ശബ്ദനാക്കി അവൾ തുടർന്നു.

"വിനോദ് തന്ന ഓണർഷിപ്പ് ഡോക്യുമെന്റ്സ് ഒന്നും എനിക്കാവശ്യമില്ല. ഇരുപത്തഞ്ച് വർഷം മുമ്പ് വിനോദിനൊപ്പം ഇറങ്ങി വന്ന വീട് എന്നെ കാത്തിരിക്കുന്നുണ്ട്. മരുന്നുകളെല്ലാം മേശവലിപ്പിലുണ്ട്. കൃത്യമായി കഴിക്കണം. ആരോഗ്യം ശ്രദ്ധിക്കണം. ഇനിയും ആവശ്യം വന്നാൽ വിളിക്കാൻ മടിക്കരുത്."

സീത നിറച്ചു വച്ച ബാഗെടുത്ത് തിരിഞ്ഞൊന്ന് നോക്കാതിരിക്കാൻ ശ്രദ്ധിച്ച് വാതിൽക്കലേക്ക് നടന്നു. പകച്ചു നിൽക്കുന്ന പരിചാരകന്റെ ചുമലിലൊന്ന് തട്ടി, വാതിൽ ചാരി. പടികളിറങ്ങി, തറയോട് പാകിയ വിശാലമായ മുറ്റം പിന്നിട്ട്, ഗെയ്റ്റ് കടന്ന് വിജനമായ നിരത്തിലേക്ക്.

ഫ്ളാറ്റിൽ നിന്ന് തെക്കൻ കാറ്റിന്റെ കൈപിടിച്ച് ഗസലിന്റെ ദുർബ്ബലമായ വീചികൾ അവളെ പിന്തുടർന്നു.

> രിസ്തോം കേ സാരേ മൻസർ...
> ചുപ് ചാപ് ദേഖ്ത്താ ഹും.
> ഉജ്ഡാ ഹുവാ വൊ സൊ ഖർ
> ചുപ് ചാപ് ദേഖ്ത്താ ഹും... ■

ചെളിവരമ്പ്

സഹപാഠിയായ സുഹൃത്ത് പത്ത് സെന്റ് സ്ഥലം വാങ്ങിയതറിഞ്ഞ് ടൗണിൽ വച്ച് കണ്ടപ്പോൾ ഞാൻ കുശലം പറഞ്ഞു.

"സ്ഥലമൊക്കെയായല്ലോ. വീടുപണി തുടങ്ങുകയാണോ?"

അയാൾ ഒരു മിനുട്ട് ആലോചിച്ചു നിന്നു. പിന്നെ പറഞ്ഞു. "താൻ വാ, നമുക്ക് കുറച്ചിരിക്കാം."

ബാറിലെ അരണ്ട വെളിച്ചത്തിലിരുന്ന് അയാൾ തുടർന്നു. "വിലയിത്തിരി കൂടുതലായി. പക്ഷേ വാങ്ങാതെ പറ്റില്ലായിരുന്നു."

"അയാൾ സെന്റിന് മൂന്ന് ലക്ഷം പറഞ്ഞു. ഞാൻ രണ്ടേകാലും. ഒടുവിൽ 2.90 തന്നെ കൊടുക്കേണ്ടിവന്നു. മർമ്മമറിഞ്ഞ് വില പേശുന്നതിൽ അയാൾ എന്നേക്കാൾ മിടുക്കനായിരുന്നു."

"വേറെ സ്ഥലം നോക്കാമായിരുന്നല്ലോ. ഇപ്പോ പൊതുവേ ഡിമ്മല്ലേ?" ഞാൻ ചോദിച്ചു.

ഓരോ ബിയർ കഴിഞ്ഞിരുന്നു. ഇരുകൈകളും ചെന്നികളിലൂന്നി മേശമേൽ കൈമുട്ടമർത്തി മിഴികളുയർത്താതെ അയാൾ പറഞ്ഞു തുടങ്ങി.

"താവാട്ടിലാണല്ലോ താമസം. കൂടെ അച്ഛനുമമ്മയും അനിയനും ഭാര്യയും. കുറേ നാളായി ഭാര്യ നിർബ്ബന്ധം തുടങ്ങിയിട്ട്. സ്ഥലം വാങ്ങണം. വീടുവയ്ക്കണം. വീട്ടിലെ ചെറിയ പൊട്ടലും ചീറ്റലുമൊക്കെയുണ്ട് ഈ നിർബ്ബന്ധത്തിന് പിന്നിലെന്നറിയാം. നാളെ നാളെ നീളെ നീളെയായപ്പോൾ ബെഡ്റൂമിൽ സ്വൈര്യമില്ലാതെയായി. കഴിവുകെട്ടവൻ, തന്റേടമില്ലാത്തവൻ എന്നൊക്കെയായി വിശേഷണങ്ങൾ. താഴെ ഷീറ്റ് വിരിച്ചായി കിടപ്പുപോലും. പല സ്ഥലവും കയ്യിലൊതുങ്ങുന്നില്ലെന്ന് കണ്ടപ്പോൾ വിട്ടുകളഞ്ഞു. അപ്പോഴൊക്കെ ശാപവാക്കുകൾ, ജീവനൊടുക്കുമെന്ന ഭീഷണികൾ. ഇതു നോക്കാൻ വന്നപ്പോൾ തന്നെ ഭാര്യ കട്ടായം പറഞ്ഞു. ഇതു കൂടി വിട്ടുകളഞ്ഞാൽ പിന്നെ അവളെ നോക്കേണ്ടന്ന്. അവളുടെ

ആശങ്കകളിലും കാര്യമുണ്ട്. അവളുടെ അച്ഛൻ മകളുടെ സാമ്പത്തിക സുരക്ഷയ്ക്കായി നൽകിയതിൽ പാതിയും അനിയൻ അറിയാത്ത ബിസിനസ്സിലിറക്കി ഗോപി തൊട്ടു. ഇപ്പോൾ ബിസിനസ്സുമില്ല കാശുമില്ല. തിരിച്ചു കിട്ടിയാലായി എന്നു കരുതി ആ പണം കൊടുത്തത് അവനൊരു കര പിടിക്കട്ടെ എന്ന് കരുതിയാണ്. ചെക്കനേയും പറഞ്ഞിട്ടു കാര്യമില്ല. പാവത്തിനെ പങ്കുകാരൻ ചതിച്ചതായിരുന്നു.

ഇത് അരമനരഹസ്യമായിരുന്നില്ല. ബ്രോക്കറും കേട്ടു കാണും. സ്ഥലവിലയുയർന്നാൽ കമ്മീഷൻ കൂടും. ജീവിക്കാനാണല്ലോ അവനും ഈ പണി. മരത്തിൽ നിന്ന് വീണ പക്ഷിക്കുഞ്ഞിന്റെ കാലൊടിഞ്ഞിട്ടുണ്ടോ എന്ന് കൊത്തിപ്പറിക്കാനെത്തുന്ന കാക്കകൾ നോക്കേണ്ടതില്ല. ഫലം കണക്കുകൂട്ടലുകളുടെ താളം തെറ്റിച്ച ഏഴര ലക്ഷത്തിന്റെ അധികമുതൽ മുടക്ക്. ലോൺ അനിവാര്യവും. എന്റെ നോട്ടക്കുറവിന്റെ പരിണിത ഫലം."

ഞാനയാളെത്തന്നെ നോക്കിയിരുന്നു. മുഖത്തും കഴുത്തിലും പ്രായത്തെ ജയിച്ച ചുളിവുകൾ. നെറ്റിയിൽ നിന്ന് ആക്രമിച്ച് മുന്നേറുന്ന കഷണ്ടിയും അകാല നരപടർന്ന മുടിയിഴകളും. മുഖം ചെരിച്ച് നിറഞ്ഞ മിഴികൾ തുടയ്ക്കുകയാണ്.

എന്തെല്ലാം സ്വപ്നങ്ങളുമായാവും ബിരുദവുമായി ഇയാൾ യൗവ്വനത്തിലേക്ക് പാദമൂന്നിയത്. വിവാഹശേഷരാവുകളിൽ എത്രയെത്ര മോഹന സ്വപ്നങ്ങളാവും ഇരുവരും നെയ്തു കൂട്ടിയത്!

പാടത്തു നിന്ന് വഴിയിലേക്ക് കയറാൻ ഒതുക്കുകല്ലുകളുണ്ടാവും. ദശാബ്ദങ്ങളായി ആയിരക്കണക്കിന് ആളുകൾ ചവിട്ടിക്കയറിയ കല്ല്. ഒരു ഹതഭാഗ്യൻ കാൽവയ്ക്കുമ്പോഴാവും അത് അടർന്നുപോന്ന് അയാൾ കണ്ടത്തിൽ വീഴുന്നത്. വയലിൽ വീണതിന്റെ ചെളിയും പരിക്കും ജാള്യതയും സഹിക്കാം. പക്ഷേ, അയാൾ ശ്രദ്ധയില്ലാത്തവനും പിടിപ്പില്ലാത്തവനുമായി മാറാൻ ആ ഒരു കല്ല് മതിയാവും.

ഇവിടെ, കൈയിലിരുന്ന കാശ് കടം വാങ്ങി പുളിശ്ശേരി വച്ച അനിയനേയോ അവസ്ഥ മുതലെടുത്ത് അന്യായവില ഒപ്പിച്ചു കൊടുത്ത ബ്രോക്കറേയോ സൈ്വര്യം കൊടുക്കാതെ കുഴിയിലേക്ക് തള്ളിയിട്ട ഭാര്യയേയോ അയാൾ കുറ്റം പറയുന്നില്ല. അവർക്കുള്ള ന്യായങ്ങളെല്ലാം അയാൾ തന്നെ കണ്ടെടുക്കുന്നു. എല്ലാറ്റിനും ഒരേയൊരു കാരണം.

"എന്നെക്കൊണ്ട് കൊള്ളാഞ്ഞിട്ടല്ലേ?"

എല്ലാവരും ചുറ്റും നിന്ന് പറഞ്ഞ് പറഞ്ഞ് അയാൾ തന്നെ വിശ്വസിക്കാൻ തുടങ്ങിയിരിക്കുന്നു.

ഞാൻ കഴിവുകെട്ടവനാണ്. കാര്യശേഷിയില്ലാത്തവനാണ്.

ഇങ്ങനെയും ചിലരുണ്ട്. സ്വന്തം പരിമിതികളറിഞ്ഞുകൊണ്ടു തന്നെ കാണാക്കരയിലേക്ക് തോണി തുഴഞ്ഞുകൊണ്ടേയിരിക്കുന്നവർ.

ഇനി കടവും വിലയുമായി ഒരു വീട് പണിയും. കൽപ്പാന്തകാലത്തോളം അതിന്റെ കടവും പലിശയുമടച്ച് വീട്ടിലെ ഇല്ലായ്മകൾക്കൊക്കെ നിത്യേന പഴിയും ശാപവും കേട്ട് അകവും പുറവും ഉമിയിട്ട് കത്തിച്ചാലെന്നപോലെ പൊള്ളി അയാൾ ജിവിതം തിന്ന് തീർക്കും.

ബില്ല് കൊടുത്ത് പുറത്തിറങ്ങിയപ്പോൾ ഒരാശ്വാസവാക്കുപോലും എനിക്ക് പറയാനില്ലായിരുന്നു

ഈ സംഭാഷണം നടന്നിട്ട് ഒരു വർഷമെങ്കിലുമായി.

നമ്മുടെ കഥാനായകൻ അതേ ലാവണത്തിൽ തുടരുന്നു. പുരപണി ലിൻഡിൽ വരെ മാത്രമേ ആയിട്ടുള്ളൂ. അയാളുടെ മാനസിക സംഘർഷം കണ്ട് അനിയൻ അവന് ഭാഗ ഉടമ്പടി പ്രകാരം വച്ച വീടും സ്ഥലവും വിൽക്കാമെന്ന് പറഞ്ഞുവത്രെ.

"എന്നിട്ട് അവനും ഭാര്യയും ഒരു കുട്ടിയും അച്ഛനുമമ്മയും തെരുവിലേക്കിറങ്ങുന്നത് ഞാൻ കാണണ്ടേ? അഞ്ചു വയസ്സിന് ഇളപ്പമുള്ള വിരൽ പിടിച്ചു നടത്തിയ കുഞ്ഞാണ്. അവൻ തെരുവിലേക്കിറങ്ങുന്നത് കണ്ടു വേണം ഞാനെന്റെ പുതിയ വീട്ടിലേക്ക് വലതുകാൽ വച്ച് കയറാൻ. ഒരു കരാറുകാരന്റെ സൂപ്പർവൈസർ പണിയുടെ ബലത്തിൽ അവനെങ്ങനെ വാടകയും കൊടുത്ത് കുടുംബമായി ജീവിക്കും? ആ കുട്ടികളുടെ മുഖത്ത് ഞാനെങ്ങനെ നോക്കും?"

അതൊരു ഉത്തരമില്ലാത്ത ചോദ്യമായിരുന്നു. ഇതൊക്കെ ജീവിതത്തിലെ നേർക്കാഴ്ചകളാണ്. സാധാരണ നമ്മൾ അവഗണിച്ച് നടന്നുപോകുന്ന കാഴ്ചകൾ. ജീവിതവിജയികളുടെ വീരഗാഥകളാണ് നമ്മുടെ കാതിനിമ്പം പകരുക. കരകാണാത്ത, പ്രക്ഷുബ്ധമായ കടലിൽ തോണി തുഴഞ്ഞിട്ടുള്ളവർക്കാണ് അയാളെ എളുപ്പം മനസ്സിലാവുക. അതുകൊണ്ടുതന്നെയാണ് ഭാര്യയുടേയും അനിയന്റേയും ബ്രോക്കറുടേയും ഭാഗത്തുള്ള ശരികളും ന്യായങ്ങളും താൻ സ്വയം വെന്റിലേറ്ററിൽ കഴിയുമ്പോഴും അയാൾക്ക് കണ്ടെടുക്കാൻ കഴിയുന്നത്.

ബെന്യാമിൻ പറഞ്ഞതാണ് ശരി. ഒരാൾ അനുഭവിക്കാത്ത കഠിന ജീവിതായോധന കഥകൾ കേൾക്കുന്നവന് കെട്ടുകഥയായേ തോന്നൂ. അവനോട് ഒരു വിശദീകരണം സാധ്യവുമല്ല. എന്നാൽ ഒരേ കടൽ തുഴഞ്ഞെത്തിയവന് വിശദീകരണത്തിന്റെ ആവശ്യവുമില്ല.

■

ബലി

പള്ളിത്താഴത്ത് മത്തായിച്ചേട്ടന്റെ കടയിൽ മേലേടത്തെ പത്രാസു കാരൻ ചെക്കൻ കസേരയിൽ ഇരുപ്പുണ്ട്. അവനുവേണ്ടി പൊതിഞ്ഞു കെട്ടിയ സാധനങ്ങളുടെ വിവരങ്ങൾ പണിക്കാരൻ ചെക്കൻ വിളിച്ചു പറയുന്നു.

"പൻസാര ഒരു കിലോ."

മേശപ്പുറത്ത് പറ്റുബുക്കിൽ അതിന്റെ വില നിമിഷാർദ്ധത്തിനു ള്ളിൽ കണക്കാക്കിക്കുറിച്ച് മത്തായിച്ചേട്ടൻ ഏറ്റു പറയുന്നു.

"പൻസാര ഒരു കിലോ"

"മല്ലി ഇരുന്നൂറ്റമ്പത്"

മത്തായിച്ചേട്ടൻ വില കുറിക്കുന്നു. ഏറ്റുപറയുന്നു.

നീണ്ട ലിസ്റ്റാണ്. മേലേടത്തെ ഉണ്ണിത്താൻ സാർ താലൂക്കാപ്പീ സിലെ ഉദ്യോഗസ്ഥനാണ്. പറ്റുകാശ് ഇരുന്നൂറ്റമ്പതിൽപരം രൂപ ഒരുമിച്ച് മാസാദ്യം കൊടുക്കുകയാണത്രെ. ഇരുന്നൂറ്റമ്പത് രൂപ. അതെത്രയുണ്ടാവുമെന്ന് അവനറിയില്ല. സിനിമാടാക്കീസിലെ കാവൽപണിക്ക് അവന്റച്ഛന് ആഴ്ചയിൽ എഴുപതു രൂപയാണ് കിട്ടുക. പത്തിന്റെ നോട്ടാണ് അവൻ കണ്ടിട്ടുള്ള ഏറ്റവും വലിയ തുക.

പണിക്കാരൻ ചെക്കന്റെ തലയിലേക്ക് കുട്ട ഏറ്റിക്കൊടുക്കു മ്പോൾ അവൻ നിക്കറൊന്നു കൂടി മുറുക്കിക്കെട്ടി. ഭാരം തലയില മർന്നപ്പോൾ അവന്റെ കറുത്തുമെല്ലിച്ച ദേഹം ഒന്നു വിറച്ചു. കഴു ത്തിലെ ഞരമ്പുകളും ഒട്ടിയ വയറിന് മേലെ വാരിയെല്ലുകളും തെളിഞ്ഞു. മത്തായിച്ചേട്ടൻ പത്രാസുകാരനോട് ലോഗ്യം പറഞ്ഞു.

"പൊറന്നാളിന് മത്തായിച്ചേട്ടൻ വെര്ണ്ട്ന്നു അച്ഛനോട് പറയ ണംട്ടോ."

തലയാട്ടി ചിരിച്ച് അവൻ തിരക്കിട്ടിറങ്ങി പോയി. പിന്നാലെ ഒന്ന് വേച്ച് കാലുകൾ ഇടറി ചെക്കനും. മത്തായിച്ചേട്ടൻ ലോഗ്യത്തിന്

കൊടുത്ത പ്യാരി മിഠായിയുടെ പച്ചപ്പൊതിച്ചിൽ അവൻ ഊരിയെറിഞ്ഞത് തിണ്ടിൽ ഉടുപ്പിടാതെ സഞ്ചിയും കക്ഷത്തു വച്ച അവന്റെ മുഖത്തുരസി താഴെ വീണു. പണികഴിഞ്ഞ് കുളിക്കാൻ തോട്ടിലേക്ക് പോകും വഴി ഒരു പൊത്ത് എണ്ണയ്ക്ക് കാത്തുനിന്ന പണിക്കാരി പെണ്ണുങ്ങളുടെ കൈയിലേക്ക് ഓരോതവി എണ്ണയൊഴിച്ചു കൊടുത്ത് കൊണ്ട് മത്തായിച്ചേട്ടൻ അവനോട് ചോദിച്ചു.

"നെനക്കെന്നാ വേണ്ടേ?"

പണിക്കാരി പെണ്ണുങ്ങൾ കൈയിൽ വീഴ്ത്തിയ എണ്ണ തലയിൽ പൊത്തി കലപില പറഞ്ഞ് ഇറങ്ങിപ്പോകാതെ നിൽക്കുകയാണ്.

"നെനക്ക് ചെവി കേട്ടൂടേ?" മത്തായിച്ചേട്ടൻ ശബ്ദമുയർത്തി.

"നൂറ് പഞ്ചാരേം, നൂറ് വെൾച്ചണ്ണേം പിന്നെ ഒരു പൊതി ആപ്പിള് ബീഡീം."

അവൻ പതുക്കെ പറഞ്ഞു.

"കാശൊണ്ടോ?"

"ഇല്ല, അച്ഛൻ ഒരുമിച്ച് കൊണ്ടത്തരാന്ന് പറ്യാൻ പർഞ്ഞു."

അവനുപോലും കേൾക്കാനാകാതെ അവൻ പറഞ്ഞു.

"ഒവ്വ, ഒവ്വ... നന്റെച്ഛൻ ഒത്തിരി കേറ്റിത്തരും."

വിരലുകൾ അഞ്ചും മടക്കി ആട്ടി ഒരു അശ്ലീലാംഗ്യം കാട്ടി അയാൾ കിറി കോട്ടി.

പെണ്ണുങ്ങൾ കോറസ്സായി ആർത്തു ചിരിച്ചു.

"അച്ഛൻ കൊണ്ടത്തന്നില്ലേൽ അമ്മ കൊണ്ടത്തരും, അല്ലേടാ?"

പെണ്ണുങ്ങളിലൊരാൾ അവന്റെ തലയിൽ തലോടി മറ്റുള്ളവരെ ഇടംകണ്ണിട്ടു നോക്കി അടക്കിച്ചിരിച്ചു.

"മ്മളെങ്ങും താങ്ങൂലേയ്..." മത്തായിച്ചേട്ടൻ ഇരുകൈകളും മലർത്തി മിഴികൾ ഉയർത്തി മുഖത്ത് ഏതോ ഭാവം വരുത്തി പറഞ്ഞു.

"അത്പ്പോ ഉടുക്കാനും തേക്കാനും കിട്ടീല്ലെങ്കി അത് കിട്ടണ കൊമ്പ് കേറി പിടിക്കണത് ഒരു കുറ്റാണോ ചേട്ടാ? പിന്നെ അര വെശപ്പെങ്കിലും മാറണ്ടേ?" അത് വേറൊരു ചക്കച്ചകിണിത്തലച്ചി യുടെ വക?

പെണ്ണുങ്ങൾ വീണ്ടും ചിരിച്ചു മറിഞ്ഞു.

തലയിൽ വച്ച കൈപ്പടം തട്ടിമാറ്റി തിണ്ടിൽ നിന്നും റോഡിലേക്ക് ചാടിയിറങ്ങുമ്പോൾ ഉള്ളിലുയർന്ന ഒരു കരച്ചിൽ അവന്റെ തൊണ്ടയിൽ കുരുങ്ങി നിന്നു.

മൂന്നാലു വയസ്സുവരെ അമ്മേടടുത്താണ് അവനുറങ്ങിയത്. ടൗണിലെ സിനിമാ ടാക്കീസിലെ ജോലിയും കഴിഞ്ഞ് പാതിരാത്രിയാണ് അച്ഛൻ വരിക. അച്ഛന്റെ മുറുമുറുക്കലും അമ്മയുടെ പതം പറച്ചിലും കേട്ടാണ് അവനുണരുക.

"ഞാനൊന്നുമറിയണില്ലാന്ന് നീ വിചാരിക്കണ്ട."

"ങ്ങക്ക് നട്ടപ്രാന്താ, കള്ളൂടിച്ച് വെളിവില്ലാണ്ട് ഓരോന്ന് പറഞ്ഞുണ്ടാക്ക്വാ."

ഇടയ്ക്കിടയ്ക്ക് ഇത് പതിവുള്ളതായതുകൊണ്ട് അവൻ ഉറക്കത്തിലേക്ക് വീണ്ടും വഴുതി വീഴും. അന്നൊരു ദിവസം പതിവില്ലാത്ത ബഹളം കേട്ടുണരുമ്പോൾ അരികിലാരുമില്ല. അടുക്കളയിലും കോലായിലും അമ്മയെ തിരഞ്ഞ് മുൻവശത്തെത്തിയപ്പോൾ അയൽക്കാർ പലരുമുണ്ട്. അച്ഛൻ കുനിഞ്ഞ് ഇരുകൈകളാലും ശിരസ്സു താങ്ങി ഇറയത്തിരിക്കുന്നു. അവനെ കണ്ട പാടെ കൈപിടിച്ച് വലിച്ചടുപ്പിച്ച് മടിയിലിരുത്തി അച്ഛൻ പറഞ്ഞു.

"മോനിനി അമ്മയില്ലാട്ടോ."

അതവന് മനസ്സിലാകാൻ ദിവസങ്ങളെടുത്തു. സരോജിനിയമ്മായിയാണ് പറഞ്ഞത്.

"മോനിനി അമ്മെ അന്വേഷിക്കണ്ടാട്ടോ, അമ്മ നമ്മളെയൊക്കെ വിട്ട് ടൗണിലേക്ക് പോയി."

മനസ്സിൽ കൂടു കൂട്ടി തിക്കിത്തിരക്കിയ നൂറ് നൂറ് സംശയങ്ങളിൽ ചിലതിനൊക്കെ ഉത്തരം പലയിടത്തു നിന്ന് കിട്ടി. അമ്മയിനി ടൗണിലാണ് താമസിക്കുക. അവിടെ വലിയ വീടുണ്ട്. അച്ഛനേക്കാൾ നല്ല ആളുണ്ട്. പക്ഷേ അപ്പൂനെ കൊണ്ടോവാണ്ട് അമ്മ പോയതെന്തെന്ന് അവന് മനസ്സിലായില്ല. ഇവിടെയാവുമ്പോൾ അമ്മ മുണ്ടു മാറ്റി ഇളംപച്ചസാരിയുടുത്ത് മുളമ്പടി കടക്കുമ്പോഴൊക്കെ അവനെ കൂടെ കൂട്ടാറുണ്ടല്ലോ. ചോദിച്ചിട്ട് അച്ഛൻ അവനെ ഒന്നുകൂടി ഇറുക്കി കെട്ടിപ്പിടിക്കുന്നതല്ലാതെ ഒന്നും പറയുന്നില്ല. അമ്മായിയാകട്ടെ, "ഞാനിതിനോടെന്താ പറയ്യാന്റെ ഈശരാ" എന്നും പറഞ്ഞ് "ഒരുമ്പട്ടോളെ" പ്രാകി നടന്നു പോയതേയുള്ളൂ. മറ്റു ചില ഉത്തരം കിട്ടാത്ത സംശയങ്ങളോടൊപ്പം ഈ സന്ദേഹങ്ങളും അവൻ തന്നെ മനസ്സിൽ മണ്ണിട്ട് കുഴിച്ചുമൂടി.

പിന്നീടങ്ങോട്ട് അമ്മയെന്നൊരു വാക്കു പോലും സംസാരത്തിനിടയിൽ കടന്നുവരാതിരിക്കാൻ ഇരുവരും ശ്രദ്ധിച്ചു. ബന്ധുക്കളുടെയും നാട്ടുകാരിൽ ചിലരുടെയും പരിഹാസത്തിൽ പൊതിഞ്ഞ അന്വേഷണങ്ങളെ ഇരുവരും വെറുപ്പിന്റെ കടലാസുകളിൽ

പൊതിഞ്ഞ് മാറ്റിവച്ചു. രാത്രിയിലെ ജോലി വിട്ട് അച്ഛൻ പെയിന്റ് പണിക്കുപോയിത്തുടങ്ങി. അതിരാവിലെയെഴുന്നേറ്റ് മുറ്റമടിച്ച് ചോറു വച്ചു, മീങ്കറിവച്ചു, ചിലപ്പോഴൊക്കെ പുട്ടും പയറുമുണ്ടാക്കി, അവന്റെ തുണിയലക്കി, പാത്രം തേച്ച് വച്ച് പണിക്കു പോയി. അവൻ സ്കൂൾ വിട്ടുവന്ന് പഠിച്ച് മൂട്ട വിളക്കിന്റെ തിരി താഴ്ത്തി അച്ഛന്റെ കാലടി ശബ്ദത്തിന് കാതോർത്തു കിടന്നു. അച്ഛൻ വന്ന് കുളിച്ച് ബാക്കി യുള്ള കഞ്ഞിയെടുത്ത് മോന്തി ബീഡി വലിച്ച് അവനെ നെഞ്ചോട് ചേർത്ത് കിടന്ന് മുടിയിഴകളിൽ തഴുകിയുറക്കി.

ദിവസങ്ങളും മാസങ്ങളും ഒഴുകിപ്പോകവേ അവൻ അറിയുക യായിരുന്നു. ഒരു കൂട്ടുപോലുമില്ലാതെ അഞ്ചു വയസ്സു മുതൽ ഒരു കുട്ടിയെ ചൗതിച്ച്, പല്ലുതേപ്പിച്ച്, കുളിപ്പിച്ച്, ഊട്ടി, വസ്ത്രം ധരി പ്പിച്ച്, പൊതിച്ചോറ് കെട്ടി, സ്കൂളിൽ കൊണ്ടാക്കി അത്താഴം തന്ന്, മൂർദ്ധാവിലുമ്മ വച്ച് ഉറക്കി വളർത്തിയ ആ സഹനത്തിന്റെ മറു പേരാണ് അച്ഛൻ.

മറുവാക്കു പറയാതെ ആ മനുഷ്യനേറ്റുവാങ്ങിയ ശിക്ഷയെ ന്തെന്ന് മുതിരുന്തോറും കൂടുതലറിഞ്ഞു. പെരുമഴ ഓടിൻപുറത്ത് പെരുമ്പറയടിക്കുമ്പോൾ, ശീതക്കാറ്റ് ജനൽപ്പാളികളെ കൊട്ടി ത്തുറന്ന് വീശിയടിക്കുമ്പോൾ ഒരു പുരുഷശരീരം കൊതിക്കുന്ന തെന്തെന്ന്, പനിക്കിടക്കയിൽ വിയർത്തു നനഞ്ഞ വിരിപ്പിൽ ഒരു മനുഷ്യനാഗ്രഹിക്കുന്ന സാന്ത്വന സ്പർശനമെന്തെന്ന്, ദാമ്പത്യ ത്തിന്റെ മധുരമെന്തെന്ന്, കണ്ടും കേട്ടും അറിഞ്ഞിടത്തോളം അമ്മ യെന്ന സ്ത്രീരൂപത്തെ കരിവാരിപ്പൂശി മനസ്സിന്റെ ഇരുണ്ട മൂല യ്ക്കൽ ചാരി വച്ചു.

അടുത്തിടെ അമ്മായിയാണ് പറഞ്ഞത് അവർ ഒരു വശം തളർന്ന് കിടപ്പിലാണ്. ദൂതുമായി ചിലരെത്തി. അവർക്ക് മകനെ കാണണം. അന്ത്യാഭിലാഷമാണെന്നു പറഞ്ഞപ്പോഴും അവൻ നിസ്സംഗതയോടെ പറഞ്ഞു.

“വരാൻ സൗകര്യമില്ലെന്നു പറഞ്ഞേക്കൂ.”

രാത്രി, നിശ്ശബ്ദരായി ഉറക്കമില്ലാതെ കിടക്കുമ്പോഴും ഉറങ്ങി യിട്ടില്ലെന്ന് ഇരുവർക്കുമറിയാമായിരുന്നു. ഇരുട്ടിൽ ഇടറിയ വാക്കു കൾ ഒഴുകി വന്നു.

“ന്റെ മോൻ അവിടെവരെയൊന്നു പോണം.”

അവൻ ചിന്തകളിൽ വെന്തു കിടന്നു. ഇരുട്ടിൽ പരുക്കൻ വിരലു കൾ അവന്റെ കവിൾത്തടങ്ങൾ തേടിയെത്തി. നനഞ്ഞ വിരലുകളാൽ അവന്റെ ശിരസ്സിൽ തലോടി.

"മോന് വെഷമമാണെങ്കിൽ പോണ്ട. ഒരു പ്രാക്ക് വാങ്ങി വയ്ക്കണ്ടല്ലോന് കരുതീട്ടാ."

അവൻ പഴയ കുട്ടിയായി അച്ഛനോട് ചേർന്ന് കിടന്ന് വിങ്ങിപ്പൊട്ടി. വിറയാർന്ന കൈകൾ അവന് കവചമൊരുക്കി, പരുപരുത്ത വിരലുകളവനെ മുടിയിഴകളിൽ തഴുകിയുറക്കി.

ഇന്നലേയും ആൾ വന്നിരുന്നു. കർമ്മങ്ങൾ ചെയ്യണം. അതിനുള്ള അധികാരി താൻ മാത്രമാണത്രെ.

അധികാരം! അവകാശമല്ല. അവകാശപ്പെടുന്നുമില്ല. ഇഹലോകം വിട്ടു പോയ സ്ത്രീയുമായി തനിക്ക് കർമ്മബന്ധങ്ങളില്ല. തനിക്കമ്മയില്ല. താൻ അച്ഛന്റെ മാത്രം മകനാണ്.

തനിക്കന്യമായ പരിലാളനകളും അമ്മച്ചൂടും മാത്രമല്ല, നിരപരാധിയായ ഈ മനുഷ്യന് നിഷേധിക്കപ്പെട്ട സാന്ത്വനസ്പർശവും ജീവിതവുമാണ് ഇതഃപര്യന്തമുള്ള വെറുപ്പിനും വൈരാഗ്യത്തിനും ഇന്ധനമായി നെഞ്ചകം നീറ്റിയത്.

അച്ഛൻ കണ്ണടച്ചു കിടക്കുകയാണ്. ചിന്തയുടെ ഉൾച്ചൂട് വിയർപ്പിച്ച ശരീരം. നെടുവീർപ്പുകൾ ഉറങ്ങുകയല്ലെന്ന് വ്യക്തമാക്കുന്നുണ്ട്. രണ്ടാഴ്ചകളായി ഇരുവർക്കുമിടയിൽ മൗനത്തിന്റെ ചിതൽപ്പുറ്റ് വളർന്നിട്ടുണ്ട്.

"കർമ്മങ്ങൾ ചെയ്യണം, ആത്മാവ് ഗതികിട്ടാതലയരുത്. അത് മോന് ദോഷമാ. എനിക്കില്ലാത്ത വെറുപ്പും നീറ്റലും നിനക്കെന്തിന്?"

അച്ഛനോട് കണ്ണുകളിടയാതെ ശ്രദ്ധിച്ച് തീർത്തു പറഞ്ഞു.

"ന്നെ ക്കൊണ്ട് വയ്യ. അവരുടെ പുല കുളിക്കാനും ബലിയിടാനും ന്നെക്കൊണ്ടാവില്ല.

ദൂതനെ അച്ഛൻ നിസ്സഹായനായി നോക്കിയിട്ടുണ്ടാകും. പറഞ്ഞ വാക്കുകൾ പിന്നിൽ വ്യക്തമായി കേട്ടു.

"അടയ്ക്ക്യല്ല മടിയിൽ വയ്ക്കാൻ, തിരിച്ചറിവായി, തനിക്കു താൻ പോന്നോനായി, ഞാനെന്താ ചെയ്യാ?"

പതിയെ മുന്നോട്ട് നടക്കുമ്പോൾ ആ നിസ്സഹായതയും മനസ്സിലെ വിങ്ങലും തൊട്ടറിയാനാവുന്നുണ്ട്. ആ നെഞ്ചിടിപ്പു പോലും തനിക്ക് സുപരിചിതമാണ്.

നാൽപ്പത്തിരണ്ടു കൽപ്പടവുകൾക്ക് താഴെ പുഴയാണ്. കടവ് വിജനമാണ്. പ്രളയജലമിറങ്ങിയെങ്കിലും കലക്കം ഇപ്പോഴുമുണ്ട്. നെഞ്ചോളം ആഴത്തിലിറങ്ങി നിൽക്കുമ്പോൾ പെട്ടെന്ന് എവിടെനിന്നോ നെഞ്ചകമാകെ കനം തൂങ്ങിയ കാർമേഘക്കീറുകൾ വന്നു

പൊതിഞ്ഞു. ഭാരം തൂങ്ങിയ മനസ്സ് വല്ലാതൊന്നു തേങ്ങി. ഒരു ഗദ്ഗദമുയർന്നു തൊണ്ടയിൽ കുരുങ്ങി നിന്നു.

വെള്ളത്തിലെ പ്രതിബിംബമായി പത്രത്തിലെ ഫോട്ടോയിൽ കണ്ട ദൈന്യതയാർന്ന മിഴികൾ, നനവിറങ്ങിയ വിളർത്തൊട്ടിയ കവിൾത്തടങ്ങൾ.

നിറമിഴികളോടെ മുങ്ങി അടിത്തട്ടിലെ മണൽ ഇരുകൈകളാലും കോരിയെടുത്ത് അലക്കുക്കല്ലിൽ വച്ച് പിണ്ഡാകൃതിയിൽ ഉരുട്ടുമ്പോൾ ഒരിക്കലും കാണാത്ത ആ ശോഷിച്ച രൂപം മനസ്സിൽ സങ്കൽപ്പിച്ചു.

ദർഭയില്ല, ജല, ഗന്ധപുഷ്പങ്ങളിൽ ജലം മാത്രമേയുള്ളൂ. എങ്കിലും സ്വീകരിക്കുക. ഈ കർണ്ണന്റെ തിലോദകം. ആത്മാവ് വൈതരണി കടന്ന് വിഷ്ണു പാദത്തിങ്കൽ ലയിക്കട്ടെ. ഇനിയുമൊരു കർണ്ണനുണ്ടാവാതിരിക്കാൻ അമ്മയ്ക്ക് പുനർജന്മമുണ്ടാകാതിരിക്കട്ടെ.

ഇത് ബോധപൂർവ്വം കഠിനശിക്ഷയേറ്റുവാങ്ങിയ ഒരു മനുഷ്യന്റെ ആഗ്രഹപൂർത്തികരണത്തിനു വേണ്ടിയാണ്. അതിനുവേണ്ടി മാത്രം.

വലംകൈയാൽ വെള്ളം തട്ടി മണൽപിണ്ഡം തരികളായി ഒഴുക്കിനൊപ്പം മറഞ്ഞപ്പോൾ മനസ്സു ശൂന്യമായിരുന്നു. ■

പിൻകുറിപ്പ്

സഹൃദയരെ സുഖകരമായ ഒരു വായനയിലേക്കു നയിക്കുന്നവയാണ് നാരായണൻ രാമന്റെ കഥകൾ. തെളിഞ്ഞ ഭാഷയുടെ കാവ്യസൗന്ദര്യവും ആവിഷ്കരണത്തിന്റെ ലാളിത്യവും അപ്പാടെ ഈ കഥകളിലേക്ക് ആവാഹിക്കാൻ അദ്ദേഹത്തിനായിട്ടുണ്ട്. അവകാശവാദങ്ങളൊന്നുമില്ലാത്ത ഒരു നിഷ്കന്മഷമനസ്സുകൂടിയാണ് ഈ കഥകളിലൂടെ വെളിപ്പെടുന്നത്. അതാവട്ടെ, വായനയ്ക്കിടയിൽ ഒരിളംതെന്നൽപോലെ നമ്മളെ തഴുകിക്കൊണ്ടിരിക്കുകയും ചെയ്യും. ആത്മകഥയുടെ പുറങ്ങൾ പോലെയോ ആത്മകഥയോളം അടുത്തുനിൽക്കുന്ന അനുഭവങ്ങളോ ആണ് നാരായണേട്ടന്റെ കഥകൾ. 'ഉത്തമപുരുഷൻ', 'ഭൂതനാഥവിലാസം കാപ്പിക്ലബ്ബ്', 'പാപ്പൻ', 'പിൻവിളികളുടെ അർത്ഥശാസ്ത്രം', 'സുഖ്ദേവ്', 'ബലി' എന്നീ കഥകൾ ആർദ്രമാനസരെ നൊമ്പരപ്പെടുത്താതിരിക്കുകയില്ല.

അഷ്ടമൂർത്തി

www.ingramcontent.com/pod-product-compliance
Lightning Source LLC
LaVergne TN
LVHW060413051026
849518LV00007B/2524
* 9 7 8 8 1 9 7 3 3 4 2 9 0 *